SÁCH NẤU ĂN BỘT CHUỘT TRANG CHỦ

Khám phá nghệ thuật chế biến bánh mì bột chua thơm ngon và giòn hoàn hảo tại nhà với hướng dẫn từng bước và 100 công thức nấu ăn ngon

Hân Vân

MỤC LỤC

GIỚI THIỆU

Chào mừng đến với thế giới của SÁCH NẤU ĂN BỘT CHUỘT TRANG CHỦ! Cuốn sách nấu ăn này là hướng dẫn cơ bản cho những ai yêu thích hương vị và kết cấu mộc mạc, thủ công của bánh mì bột chua. Cho dù bạn là một thợ làm bánh dày dặn hay là người mới bắt đầu, bạn sẽ tìm thấy mọi thứ bạn cần biết về cách làm và nướng bánh mì bột chua thơm ngon trong cuốn sách này.

Bên trong, bạn sẽ tìm thấy hàng tá công thức nấu ăn ngon miệng cho bánh mì bột chua, bánh mì cuộn, bánh mì tròn, v.v. Từ những ổ bánh mì cổ điển cho đến những món xoắn sáng tạo, luôn có thứ gì đó dành cho tất cả mọi người trong cuốn sách nấu ăn này. Bạn sẽ học cách làm bột chua ban đầu của riêng mình, cách nhào và tạo hình bột cũng như cách đạt được độ nở và nướng hoàn hảo.

Nhưng cuốn sách này không chỉ là một bộ sưu tập các công thức nấu ăn. Đó là sự tôn vinh lối sống ở nhà và truyền thống làm bánh mì thủ công. Bạn sẽ tìm hiểu về lịch sử của bột chua, lợi ích của việc sử dụng men tự nhiên và sự hài lòng khi tự làm bánh mì từ đầu.

Vì vậy, cho dù bạn đang muốn dự trữ trong tủ đựng thức ăn của mình những chiếc bánh mì thơm ngon, bổ dưỡng hay đơn giản là muốn khám phá thế giới làm bánh bột chua, SÁCH NẤU ĂN BỘT CHUỘT TRANG CHỦ là hướng dẫn tối ưu dành cho bạn.

Homestead, Sourdough, Artisan, Rustic, Homemade, Bread, Recipes, Delicious, Loaves, Bagels, Baking, Starter, Nhào, Shape, Rise, Bake, Homesteading, Lifestyle, Truyền thống, Men tự nhiên, Pantry, lành mạnh, Scratch..

BÁNH BÁNH CHUỒN CỔ ĐIỂ N

1. Bánh mì hành tây caramen

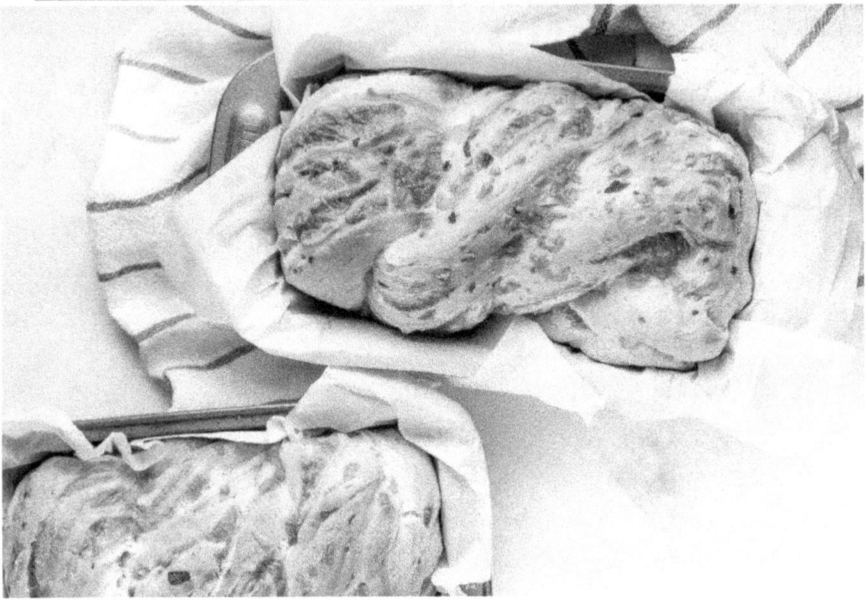

Caramen Hành tây
1 T. dầu ô liu (thêm một chút nếu cần)
½ củ hành lớn, cắt thành từng miếng nhỏ
¼ muỗng cà phê. đường cát
¼ muỗng cà phê. muối
Bột bánh mì
533 g. bột mì đa dụng chưa tẩy trắng
267 g. khởi động tích cực
267 g. Nước
13g. muối
Hành tây caramen từ công thức trên
Trong chảo vừa, đun nóng dầu ở lửa vừa. Thêm hành tây và khuấy đều để dầu phủ lên các miếng thịt. Thêm đường và muối vào nấu, khuấy đều để các miếng hành không bị cháy, cho đến khi hành mềm và chuyển sang màu nâu vàng nhạt (khoảng 20 phút). Nếu hành có vẻ khô, bạn có thể cho một ít dầu vào để hành không bị dính vào chảo và bị cháy. Khi hoàn tất, chuyển hành tây caramen vào một hộp nhỏ và để trong tủ lạnh cho đến khi cần.
Trong một tô lớn, trộn tất cả nguyên liệu trừ muối và hành tây caramen. Đậy bát bằng màng bọc thực phẩm và để bột ở nhiệt độ phòng trong khoảng 30 phút. Rắc muối khắp khối bột và trộn đều lần nữa để muối hòa quyện hoàn toàn. Giữ bột trong hộp, căng và gấp bột 3 lần, dùng màng bọc thực phẩm bọc kín bát và để bột nghỉ 30 phút giữa mỗi lần. Sau lần kéo và gấp thứ ba, bọc bột lại và để bột nghỉ trong 30 phút. Sau đó thêm hành tây caramen vào, nhào nhẹ để bắt đầu trộn các miếng trong bột. Thực hiện thêm 3 động tác duỗi và gấp cách nhau 30 phút, đậy kín bát giữa các buổi.
Đậy bát bằng màng bọc thực phẩm, để bột nở lên gấp đôi, thường là 4 đến 8 giờ hoặc qua đêm.
Nhẹ nhàng lật khối bột lên bề mặt đã rắc bột mì và tạo hình. Dùng màng bọc thực phẩm bọc lại và ủ trong khoảng 4 giờ hoặc cho đến khi gần gấp đôi.
Chém phần trên. Làm nóng lò ở nhiệt độ 400 đến 450° và nướng trong 45 đến 50 phút hoặc cho đến khi chín.
Làm 1 ổ bánh mì

2. Bánh mì Jalapeño phô mai

người mới bắt đầu
50g. bột mì đa dụng chưa tẩy trắng
50g. Nước
15g. món khai vị
Bột bánh mì
Món khai vị được làm vào đêm hôm trước
360g. Nước
500 g. bột mì đa dụng chưa tẩy trắng hoặc hỗn hợp giữa lúa mì nguyên hạt và bột mì đa dụng
10g. muối
50g. ớt jalapeño thái lát (tươi, rang hoặc ngâm)
100g. phô mai cheddar sắc nét, cắt nhỏ

Đêm trươc:
Trong tô trộn lớn mà bạn dự định làm bột bánh mì, trộn các nguyên liệu ban đầu; bọc lại bằng màng bọc thực phẩm và để bộ khởi động ở nhiệt độ phòng qua đêm.
Sáng hôm sau:
Trong bát chứa món khai vị đã chuẩn bị sẵn, thêm nước và khuấy đều. Đánh đều bột mì và muối với nhau rồi thêm vào món khai vị, trộn bằng tay và làm cho đến khi không còn mẩu bột khô nào. (Tôi thích trộn khoảng một nửa hỗn hợp bột bằng thìa lớn, sau đó thêm hỗn hợp bột còn lại vào và trộn bằng tay.) Dùng màng bọc thực phẩm bọc kín bát và để bột nghỉ ở nhiệt độ phòng trong 2 giờ.
Thực hiện 2 lượt duỗi và gấp cách nhau 30 phút, đậy kín âu khi bột nghỉ. Sau giai đoạn kéo giãn, gấp và để yên thứ hai, thêm ớt jalapeño và pho mát rồi kéo căng và gấp 3 đến 4 lần nữa trong khoảng thời gian 30 phút, mỗi lần đậy kín bát. Sau lần căng và gấp cuối cùng, đậy kín bát và để bột nở trong 2 đến 3 giờ.
Đổ bột ra bề mặt đã rắc bột mì và định hình khối bột thành hình tròn hoặc hình thuôn dài. Phủ bột bên ngoài bột, đậy lại và để bột nở ở nhiệt độ phòng trong khoảng 3 giờ.
Làm nóng lò ở nhiệt độ 450°. Nếu sử dụng lò nướng Hà Lan hoặc máy làm bánh mì tương tự, hãy đặt đĩa nướng vào lò để làm nóng trước.

Dùng dao cạo hoặc dao rạch phần trên của ổ bánh mì rồi cẩn thận đặt ổ bánh vào lò nướng kiểu Hà Lan đã làm nóng trước. (Tôi sử dụng nắp làm đế và chính lò nướng kiểu Hà Lan làm nắp vì việc định vị ổ bánh mì sẽ dễ dàng hơn nhiều.)
Nướng đậy nắp trong 30 phút; loại bỏ phần trên và tiếp tục nướng thêm 20 đến 25 phút nữa. Nếu dùng đá hoặc khay nướng bánh, hãy đặt một chảo nước sôi vào lò nướng trên giá dưới bánh mì để tạo thêm hơi nước cho quá trình nướng bánh. Lấy bánh mì ra khỏi lò Hà Lan và đặt lên giá lưới để nguội trước khi cắt.
Làm 1 ổ bánh mì

3. Bánh mì việt quất hồ đào

200 g. bột mì đa dụng chưa tẩy trắng
200 g. bột mì
20g. mảnh pecan
20g. Việt quất sấy
10g. muối
200 g. khởi động tích cực
225 g. Nước

Trong một tô trộn vừa, khuấy đều các loại bột, miếng hồ đào, quả nam việt quất khô và muối. Thêm các nguyên liệu còn lại vào, trộn đều rồi để bột nghỉ khoảng 30 phút. Giữ bột trong hộp, kéo căng và gấp bột khoảng 6 lần, mỗi lần 30 phút. Lúc đầu, các tạp chất sẽ có xu hướng rơi ra ngoài, nhưng hãy dùng ngón tay ấn nhẹ chúng vào bột khi bạn kéo căng và gấp lại. Khi bạn tiếp tục quá trình kéo dãn và gấp lại, quả hồ đào và quả nam việt quất sẽ được kết hợp đồng đều trong suốt. Đậy bát lại và để bột nở gấp đôi, thường là 4 đến 8 giờ hoặc qua đêm.

Nhẹ nhàng trải bột lên bề mặt đã rắc bột mì và tạo hình. Đậy nắp và để bột nở trong khoảng 4 giờ hoặc cho đến khi bột nở đẹp.

Chém phần trên. Làm nóng lò ở nhiệt độ 400 đến 450° và nướng trong 40 đến 50 phút hoặc cho đến khi chín. Làm nguội trên giá dây.

Làm 1 ổ bánh mì

4. Bánh mì trắng và lúa mì 50/50

225 g. Nước
200 g. khởi động tích cực
200 g. bột mì đa dụng chưa tẩy trắng
200 g. bột mì
10g. muối

Trong một tô lớn, trộn tất cả nguyên liệu trừ muối. Đậy bát bằng màng bọc thực phẩm và để bột ở nhiệt độ phòng trong khoảng 30 phút. Rắc muối lên bột và trộn đều lần nữa để muối hòa quyện hoàn toàn vào bột. Giữ bột trong hộp, kéo căng và gấp bột khoảng 6 lần, cách nhau 30 phút, mỗi lần dùng màng bọc thực phẩm bọc kín bát. Đậy bát bằng màng bọc thực phẩm, để bột nở lên gấp đôi, thường là 4 đến 8 giờ hoặc qua đêm.
Nhẹ nhàng trải bột lên bề mặt đã rắc bột mì và tạo hình. Dùng màng bọc thực phẩm bọc lại và ủ khoảng 4 giờ hoặc cho đến khi nở gấp đôi.
Chém phần trên. Làm nóng lò ở nhiệt độ 400 đến 450° và nướng trong 45 đến 55 phút hoặc cho đến khi chín. Làm nguội trên giá dây.
Làm 1 ổ bánh mì

5. Bánh mì phô mai Gruyère

300g. Nước
267 g. khởi động tích cực
267 g. bột mì đa dụng chưa tẩy trắng
267 g. bột mì
13g. muối
50g. Phô mai Gruyère cắt nhỏ

Trong một tô lớn, trộn tất cả nguyên liệu trừ muối và phô mai Gruyére. Đậy bát bằng màng bọc thực phẩm và để bột ở nhiệt độ phòng trong khoảng 30 phút. Rắc muối lên bột và trộn đều lần nữa để muối hòa quyện hoàn toàn vào bột. Đậy bột lại và để bột nghỉ 30 phút.
Giữ bột trong hộp, kéo dãn và gấp bột lại sau mỗi 30 phút. Làm điều này 3 lần, bọc bát bằng màng bọc thực phẩm sau mỗi lần tập.
Thêm phô mai Gruyére, cố gắng hết sức để trộn đều khắp bột. Kéo căng và gấp bột thêm 3 lần nữa (tổng cộng là 6 lần), dùng màng bọc thực phẩm bọc kín bát sau mỗi lần làm.
Đậy bát bằng màng bọc thực phẩm, để bột nở lên gấp đôi, thường từ 4 đến 8 tiếng hoặc qua đêm.
Nhẹ nhàng trải bột lên bề mặt đã rắc bột mì và tạo hình. Đậy ổ bánh bằng màng bọc thực phẩm và để bột nở trong 2 đến 4 giờ hoặc cho đến khi nở ít nhất một nửa.
Chém phần trên. Làm nóng lò ở nhiệt độ 400 đến 450° và nướng trong 45 đến 55 phút hoặc cho đến khi chín. Làm nguội trên giá dây.
Làm 1 ổ bánh mì

6. Bánh mì thảo mộc Ý

240g. khởi động tích cực
15g. bơ
240g. sữa
1 muỗng cà phê. muối
1 muỗng cà phê. đường cát
½ muỗng cà phê. húng tây phơi khô
½ muỗng cà phê. lá oregano khô
½ muỗng cà phê. húng quế khô
490 gam. bột mì đa dụng chưa tẩy trắng

Đêm trươc:

Trong một tô trộn lớn, thêm món khai vị. Đun chảy bơ trong một chiếc bát có kích thước đủ lớn để chứa cả sữa; cho vào lò vi sóng cho đến khi bơ tan chảy hoàn toàn. Đổ sữa vào bát chứa bơ tan chảy rồi thêm muối, đường, húng tây, lá oregano và húng quế. Trộn đều. Kiểm tra xem hỗn hợp sữa có nóng hơn 100° hay không; khi đủ nguội thì đổ vào tô đựng men và trộn đều lại. Thêm từng cốc bột vào và trộn sau mỗi lần thêm. Khi bột trở nên quá cứng để trộn bằng tay, hãy đặt nó lên một bề mặt đã rắc bột mì và nhào, thêm bột mì vào khi bạn tiếp tục, cho đến khi bột mịn và có độ giống như sa-tanh. Việc này sẽ mất từ 8 phút trở lên. Đặt bột lại vào tô trộn sạch. Đậy bát bằng màng bọc thực phẩm và để nó tăng ở nhiệt độ phòng qua đêm. Sáng hôm sau,

Sáng hôm sau:

Nhẹ nhàng úp bột lên một bề mặt đã rắc bột mì và để bột nghỉ trong 30 phút. Nặn bột thành hình dạng bạn muốn. Đặt ổ bánh mì lên khay nướng có lót giấy da, trên khay nướng silicon hoặc vào khay nướng bánh đã phết dầu mỡ. Để nó nở ở nhiệt độ phòng trong 2 đến 4 giờ hoặc cho đến khi ổ bánh mì tăng gấp đôi kích thước (nếu sử dụng chảo ổ bánh mì, hãy để nó nổi lên trên mặt ổ bánh mì).

Bạn có thể nướng bánh theo hai cách:

•Đặt chảo vào lò nguội rồi vặn lò ở nhiệt độ 375°. Nướng trong 70 phút.

•Làm nóng lò ở nhiệt độ 450° và nướng bánh mì trong 40 đến 45 phút.

Lấy bánh mì ra khỏi lò nướng (hoặc khay nướng bánh mì) và đặt lên giá lưới để nguội.

Làm 1 ổ bánh mì

7. Bánh mì bột báng của Matthew

300g. bột mì đa dụng chưa tẩy trắng
225 g. Nước
200 g. khởi động tích cực
100g. bột mì Semolina
10g. muối

Trong một tô lớn, trộn tất cả nguyên liệu trừ muối. Đậy bát bằng màng bọc thực phẩm và để bột ở nhiệt độ phòng trong khoảng 30 phút. Rắc muối lên bột và trộn đều lần nữa để muối hòa quyện hoàn toàn vào bột. Giữ bột trong hộp, kéo dãn và gấp bột khoảng 30 phút một lần, khoảng 5 hoặc 6 lần, mỗi lần dùng màng bọc thực phẩm bọc kín bát. Đậy bát lại và để bột nở gấp đôi, thường là 4 đến 8 giờ hoặc qua đêm.

Nhẹ nhàng trải bột lên bề mặt đã rắc bột mì và tạo hình. Đậy ổ bánh bằng màng bọc thực phẩm và để ở nhiệt độ phòng trong 2 đến 4 giờ hoặc cho đến khi tăng gấp đôi.

Chém phần trên. Làm nóng lò ở nhiệt độ 400 đến 450° và nướng trong 40 đến 45 phút hoặc cho đến khi chín. Làm nguội trên giá dây.

Làm 1 ổ bánh mì

8. Bánh mì yến mạch

3 chén bột mì đa dụng
2 cốc khởi động hoạt động
1½ chén yến mạch cán kiểu cũ
1 đến 1½ cốc sữa, đun nóng đến khoảng 90°
3 T. em ơi
2 T. dầu ô liu
1½ muỗng cà phê. muối

Trong một tô trộn lớn, kết hợp tất cả nguyên liệu và trộn cho đến khi tạo thành bột; đậy kín bát và để bột nghỉ 30 phút.

Nhào bột khoảng 6 phút, dùng bột mì để bột không bị dính nhưng cố gắng dùng ít nhất có thể để bột vẫn mềm (mình thường nhào trong tô). Đổ bột vào một tô trộn lớn khác đã được phết dầu mỡ. Đậy nắp và để bột nở ở nhiệt độ phòng trong 2 giờ.

Tạo hình bột và đặt nó vào một cái chảo ổ bánh mì lớn đã được bôi mỡ. Đậy nắp và để ở nhiệt độ phòng trong 2 đến 4 giờ nữa.

Làm nóng lò ở nhiệt độ 375° và nướng trong 50 đến 55 phút hoặc cho đến khi chín. Lấy bánh mì ra và để nguội trên giá lưới trong 15 đến 20 phút trước khi cắt.

Làm 1 ổ bánh mì

9. Bánh mì tỏi nướng

800 g. bột mì đa dụng chưa tẩy trắng
20g. muối
3 đến 4 tép tỏi nướng, cắt làm đôi hoặc làm ba theo chiều ngang rồi thái lát mỏng
400 g. khởi động tích cực
400 g. Nước

Trong một tô trộn vừa, khuấy đều bột mì, muối và tỏi nướng. Thêm các nguyên liệu còn lại vào, trộn đều, bọc bát bằng màng bọc thực phẩm rồi để bột nghỉ khoảng 30 phút. Giữ bột trong hộp, kéo dãn và gấp bột khoảng 30 phút một lần, khoảng 6 lần, mỗi lần dùng màng bọc thực phẩm bọc kín bát. Đậy kín bát, để bột nở lên gấp đôi, thường là 4 đến 8 giờ hoặc qua đêm.

Nhẹ nhàng trải bột lên bề mặt đã rắc bột mì và tạo hình. Dùng màng bọc thực phẩm bọc ổ bánh lại và để bột nở trong khoảng 4 giờ hoặc cho đến khi nở gấp đôi.

Chém phần trên. Làm nóng lò ở nhiệt độ 400 đến 450° và nướng trong 40 đến 50 phút hoặc cho đến khi chín. Làm nguội trên giá dây.

Làm 1 ổ bánh lớn hoặc 2 ổ bánh nhỏ

10. Bánh mì hương thảo

400 g. bột mì đa dụng chưa tẩy trắng
200 g. khởi động tích cực
200 g. Nước
20g. hương thảo tươi, thái nhỏ hoặc cắt nhỏ
10g. muối

Trong một tô lớn, trộn tất cả nguyên liệu trừ lá hương thảo và muối. Đậy bát bằng màng bọc thực phẩm và để bột ở nhiệt độ phòng trong khoảng 30 phút. Rắc hương thảo và muối khắp khối bột rồi trộn đều lần nữa để các nguyên liệu bổ sung hòa quyện hoàn toàn. Giữ bột trong hộp, kéo dãn và gấp bột khoảng 30 phút một lần, khoảng 6 lần, mỗi lần dùng màng bọc thực phẩm bọc kín bát. Đậy bát bằng màng bọc thực phẩm, để bột nở lên gần gấp đôi, thường từ 4 đến 8 giờ hoặc qua đêm.

Nhẹ nhàng trải bột lên bề mặt đã rắc bột mì và tạo hình. Đậy lại bằng màng bọc thực phẩm và để yên trong khoảng 4 giờ hoặc cho đến khi nổi lên.

Chém phần trên. Làm nóng lò ở nhiệt độ 400 đến 450° và nướng trong 40 đến 50 phút hoặc cho đến khi chín. Làm nguội trên giá dây.

Làm 1 ổ bánh mì

11. Bánh mì Sandwich mềm

28g. bơ
240g. sữa, đun nóng gần đến sôi
224 g. khởi động tích cực
12g. đường cát
9g. muối
350 g. bột mì đa dụng chưa tẩy trắng
1 quả trứng, đánh bông
Cho bơ vào sữa nóng và khuấy đều cho bơ tan chảy; làm nguội hỗn hợp sữa đến 100°.

Trong một tô trộn lớn, khuấy đều hỗn hợp sữa, men, đường và muối để kết hợp. Thêm từng chút bột vào cho đến khi không thể trộn bột bằng tay được nữa. Đổ bột lên một bề mặt đã rắc bột mì và nhào bột còn lại. Tiếp tục nhào trong vài phút, sử dụng càng ít bột mì càng tốt. Bột phải mềm và hơi dính.
Nặn bột thành một khối tròn, mịn rồi cho vào tô lớn đã phết dầu hoặc mỡ, xoay bột để phủ lên tất cả các bề mặt. Đậy bát bằng màng bọc thực phẩm và để yên ở nhiệt độ phòng trong 30 phút.
Kéo căng và gấp bột tổng cộng 2 lần, cách nhau 30 phút và đậy kín bát giữa các lần. Để khối bột đã phủ kín nghỉ ở nhiệt độ phòng trong 1 giờ; sau đó kéo dãn và gấp lại 3 lần cách nhau 1 giờ, đậy kín bát giữa các lần.
Lúc này, bột sẽ rất dẻo và nhẹ, nhưng nếu không, hãy bọc bột lại và để bột nghỉ thêm một hoặc hai giờ nữa.
Bôi mỡ vào chảo ổ bánh mì và đặt sang một bên trong khi bạn tạo hình bột cho vừa với khuôn ổ bánh mì, cẩn thận tạo hình nhẹ nhàng để bột nhẹ và thoáng. Đặt bột vào khuôn đã chuẩn bị sẵn, dùng khăn ẩm hoặc màng bọc thực phẩm phủ dầu lên chảo (để bột không bị dính) rồi đặt lên quầy cho đến khi bột nổi lên trên mặt chảo, hoặc khoảng gấp đôi với số lượng lớn. (Việc này sẽ mất từ 1 đến 2 giờ.)
Làm nóng lò ở nhiệt độ 350°. Cắt đôi phần giữa ổ bánh và nướng trong vòng 30 đến 40 phút hoặc cho đến khi bánh chín và mặt trên có màu nâu vàng nhạt.
Để bánh mì trong khuôn nướng bánh khoảng 5 phút trước khi lấy bánh ra khỏi khuôn và đặt lên giá làm mát bằng lưới cho đến khi nguội hoàn toàn.
Làm 1 ổ bánh mì

12. Bánh mì ngũ cốc

225 g. Nước
200 g. khởi động tích cực
200 g. bột mì đa dụng chưa tẩy trắng
200 g. bột mì
⅓ đến ½ cốc ngũ cốc đã qua sử dụng (xem ghi chú)
10g. muối

Lưu ý: Ngũ cốc đã qua sử dụng là những gì còn sót lại sau quá trình sản xuất bia. Bạn có thể dễ dàng lấy được số ngũ cốc đã qua sử dụng bằng cách nhờ một người bạn nấu bia tại nhà lấy số ngũ cốc đã qua sử dụng còn sót lại của họ hoặc bạn có thể gọi cho một nhà máy bia địa phương—họ có thể sẽ vui lòng cho hoặc bán cho bạn bao nhiêu tùy thích. Tôi lấy hạt đã qua sử dụng của mình từ một nhà máy bia địa phương và khi về nhà, tôi đo hạt thành từng phần ½ cốc, loại bỏ càng nhiều không khí càng tốt và đông lạnh chúng trong các thùng chứa thích hợp. Làm tan băng và sử dụng khi cần thiết.

Trong một tô lớn, trộn tất cả nguyên liệu trừ hạt và muối. Đậy bát bằng màng bọc thực phẩm và để bột ở nhiệt độ phòng trong khoảng 30 phút. Rắc hạt đã qua sử dụng và muối lên trên khối bột rồi trộn đều lần nữa để muối hòa quyện hoàn toàn vào bột. Để bột nghỉ lần 2 khoảng 45 phút. Giữ bột trong hộp, kéo căng và gấp bột khoảng 6 lần, cách nhau 30 phút, mỗi lần dùng màng bọc thực phẩm bọc kín bát. Đậy bát bằng màng bọc thực phẩm, để bột nở lên gấp đôi, thường là 4 đến 8 giờ hoặc qua đêm.

Nhẹ nhàng trải bột lên bề mặt đã rắc bột mì và tạo hình. Dùng màng bọc thực phẩm bọc lại và ủ khoảng 4 giờ hoặc cho đến khi nở gấp đôi.

Chém phần trên. Làm nóng lò ở nhiệt độ 400 đến 450° và nướng trong 45 đến 55 phút hoặc cho đến khi chín. Làm nguội trên giá dây.

Làm 1 ổ bánh mì

13. Bánh mì húng quế và cà chua khô

225 g. Nước
200 g. khởi động tích cực
200 g. bột mì đa dụng chưa tẩy trắng
200 g. bột mì
10g. muối
30g. cà chua phơi nắng, cắt thành từng miếng nhỏ (không lớn hơn một viên sô cô la)
1 muỗng cà phê đầy. lá húng quế khô (không sử dụng húng quế xay)
Trong một tô lớn, trộn tất cả nguyên liệu trừ cà chua khô và húng quế. Để bột nghỉ khoảng 30 phút. Cho bột vào hộp, căng và gấp bột lại, đậy kín bát và để bột nghỉ 30 phút; căng và gấp bột lần thứ hai, đậy kín bát và để bột nghỉ thêm 30 phút.
Bây giờ thêm cà chua phơi nắng và húng quế, cố gắng hết sức để rắc các miếng khắp bột; căng và gấp bột thêm 4 lần nữa, đậy kín bát và để bột nghỉ 30 phút giữa mỗi lần. Với mỗi lần kéo và gấp tiếp theo, bạn sẽ nhận thấy rằng cà chua và húng quế đã phơi nắng sẽ được phân bố đều hơn trong toàn bộ khối bột.
Đậy bát lại và để bột nở gấp đôi, thường là 4 đến 8 giờ hoặc qua đêm.
Nhẹ nhàng trải bột lên bề mặt đã rắc bột mì và tạo hình. Che và để tăng trong khoảng 4 giờ hoặc cho đến khi tăng gấp đôi.
Chém phần trên. Làm nóng lò ở nhiệt độ 400 đến 450° và nướng trong 40 đến 45 phút hoặc cho đến khi chín. Làm nguội trên giá dây.
Làm 1 ổ bánh mì

14. Bánh mì hạt hướng dương

240g. khởi động tích cực
1 T. bơ
240g. sữa
½ chén hạt hướng dương sống
1 T. em yêu
1 muỗng cà phê. muối
175 g. bột mì
140g. bột mì cứng (bạn có thể thay thế một nửa bột mì nguyên hạt và một nửa bột mì đa dụng không tẩy trắng)
175 g. bột mì đa dụng chưa tẩy trắng
Đổ món khai vị vào tô trộn lớn và đặt sang một bên.
Đêm trươc:
Trong một chiếc bát dùng được trong lò vi sóng, làm tan chảy bơ rồi thêm sữa; khuấy hạt hướng dương, mật ong và muối. Kiểm tra nhiệt độ của hỗn hợp bơ và sữa để đảm bảo nhiệt độ không quá 100°. Khi đủ nguội, thêm hỗn hợp này vào tô trộn lớn chứa men và trộn đều. Thêm toàn bộ bột mì và bột mì cứng vào và trộn bằng tay. Bắt đầu thêm từng ít bột mì đa dụng vào, trộn đều sau mỗi lần thêm. Khi bột trở nên quá cứng để trộn bằng tay, hãy đặt khối bột lên bề mặt đã rắc bột mì và nhào tiếp phần bột còn lại. Tiếp tục nhào bột cho đến khi mịn và dẻo (khoảng 8 phút). Đậy bát bằng màng bọc thực phẩm và để bột ở nhiệt độ phòng qua đêm để bột nở gấp đôi.
Sáng hôm sau:
Nhẹ nhàng đặt khối bột lên một mặt phẳng đã rắc bột mì và để bột nghỉ trong 30 phút. Nặn bột thành hình dạng bạn muốn. Đặt ổ bánh mì lên khay nướng hoặc vào chảo ổ bánh mì và để bánh nở ở nhiệt độ phòng trong 2 đến 4 giờ, hoặc tùy thời gian mà bạn cần để ổ bánh nở gấp đôi (nếu sử dụng chảo ổ bánh mì, hãy để bánh nở đến phía trên của chảo ổ bánh mì).
Đặt chảo vào lò nguội rồi vặn lò ở nhiệt độ 375°. Nướng trong 65 đến 70 phút. Lấy bánh mì ra khỏi lò (và khuôn nướng bánh mì nếu sử dụng) và đặt bánh lên giá lưới để nguội.
Làm 1 ổ bánh mì

15. Bánh mì óc chó

200 g. bột mì đa dụng chưa tẩy trắng
200 g. bột mì
40 g. mảnh óc chó
10g. muối
225 g. Nước
200 g. khởi động tích cực
1 T. dầu óc chó (tùy chọn)

Trong một tô trộn vừa, khuấy đều bột mì, miếng óc chó và muối. Thêm các nguyên liệu còn lại vào, trộn đều rồi để bột nghỉ khoảng 30 phút. Giữ bột trong hộp, căng và gấp bột cứ sau 30 phút hoặc lâu hơn khoảng 6 lần. Đậy bát lại và để bột nở gấp đôi, thường là 4 đến 8 giờ hoặc qua đêm.

Nhẹ nhàng trải bột lên bề mặt đã rắc bột mì và tạo hình. Che và để tăng trong khoảng 4 giờ hoặc cho đến khi tăng gấp đôi.

Chém phần trên. Làm nóng lò ở nhiệt độ 400 đến 450° và nướng trong 40 đến 50 phút hoặc cho đến khi chín. Làm nguội trên giá dây.

Làm 1 ổ bánh mì

16. Bánh mì nguyên cám

400 g. bột mì
250 g. Nước
200 g. món khai vị
10g. muối
Trong một tô lớn, trộn tất cả nguyên liệu trừ muối. Để bột nghỉ khoảng 45 phút; rắc muối lên bột và trộn đều lần nữa để muối hòa quyện hoàn toàn. Giữ bột trong hộp, căng và gấp bột cứ sau 30 phút hoặc lâu hơn khoảng 6 lần. Đậy bát lại và để bột nở gấp đôi, thường là 4 đến 8 giờ hoặc qua đêm.
Nhẹ nhàng trải bột lên bề mặt đã rắc bột mì và tạo hình. Che và để tăng trong khoảng 4 giờ hoặc cho đến khi tăng gấp đôi.
Chém phần trên. Làm nóng lò ở nhiệt độ 400 đến 450° và nướng trong 40 đến 45 phút hoặc cho đến khi chín. Làm nguội trên giá dây.
Làm 1 ổ bánh mì

17. Bột yến mạch

Thành phần

- 1 cốc (200 ml) yến mạch cán
- ¼ cốc (50 ml) nước, nhiệt độ phòng
- 2 quả táo, gọt vỏ và xay nhuyễn

Hướng

a) Trộn yến mạch trong máy xay cho đến khi chúng đạt được độ đặc tương tự như bột mì.

b) Trộn các thành phần và để yên trong 2–4 ngày trong lọ thủy tinh có nắp đậy kín. Khuấy vào buổi sáng và buổi tối.

c) Bộ khởi động đã sẵn sàng khi hỗn hợp bắt đầu sủi bọt. Từ thời điểm này trở đi, tất cả những gì bạn phải làm là "cho" bột vào để bột vẫn giữ được hương vị và khả năng lên men. Nếu để bột chua trong tủ lạnh, bạn nên cho ăn mỗi tuần một lần với ½ cốc (100 ml) nước và 1 cốc (100 g) bột yến mạch. Nếu bạn bảo quản bột chua ở nhiệt độ phòng thì nên cho ăn hàng ngày theo cách tương tự. Độ đặc sẽ giống như cháo đặc.

d) Nếu còn dư bột chua, bạn có thể đông lạnh nó trong hộp đựng nửa cốc.

18. tiếng Ý

Làm được 3 ổ bánh mì

Thành phần

1 ngày

- ⅔ cốc (150 g) nước, nhiệt độ phòng
- 2 cốc (250 g) bột mì
- 1 ¾ thìa cà phê (5 g) men tươi

Ngày 2

- 9 cốc (1,1 kg) bột mì
- 2 cốc (500 ml) nước, nhiệt độ phòng
- 12 oz. (350 g) bột chua lúa mì
- ½–1 thìa canh mật ong
- ½ thìa canh (10 g) muối

Hướng

a) Trộn đều các thành phần. Để bột nở trong tủ lạnh khoảng 12 tiếng.

b) Thêm tất cả các thành phần ngoại trừ muối vào bột đã chuẩn bị ngày hôm trước. Nhào cho đến khi đàn hồi và thêm muối.

c) Chia bột thành ba phần và tạo thành những ổ bánh tròn. Nhúng nhẹ các ổ bánh mì vào bột mì và đặt lên khay nướng đã phết dầu mỡ.

d) Để bánh nở trong tủ lạnh khoảng 10 tiếng.

e) Nướng bánh ở nhiệt độ 475°F (240°C) trong 25–30 phút.

19. Bánh mì hương thảo

Làm 1 ổ bánh mì

Thành phần

- 3 oz. (80 g) bột chua lúa mì
- 2 cốc (250 g) bột mì
- ½ cốc (125 ml) nước, nhiệt độ phòng
- 3½ thìa cà phê (10 g) men tươi
- 1 thìa cà phê (5g) muối
- 1 muỗng canh dầu ô liu
- hương thảo tươi

Hướng

a) Trộn tất cả các thành phần, ngoại trừ dầu và hương thảo, cho đến khi bạn có một khối bột mịn. Hãy để nó tăng lên trong 20 phút.

b) Cán bột và tạo hình thành hình chữ nhật dày khoảng 1/10 inch (3 mm).

c) Chải bằng dầu ô liu. Cắt nhỏ hương thảo và rắc lên trên mặt bột. Sau đó, cuộn bột lên từ cạnh ngắn của hình chữ nhật. Bảo vệ các đầu.

d) Để bánh mì nở trong khoảng 30 phút và rạch một đường sâu ở giữa cuộn bột để có thể nhìn thấy tất cả các lớp. Để nó tăng thêm 10 phút nữa.

e) Nhiệt độ lò ban đầu: 475°F (250°C)

f) Đặt bánh mì vào lò nướng. Rắc một cốc nước vào đáy lò. Hạ nhiệt độ xuống 400°F (210°C) và nướng trong khoảng 20 phút.

g) Quét dầu lên bột và phết đều hương thảo lên trên.

h) Cuộn bột lại. Chụm các đầu lại với nhau.

i) Chấm bánh mì sau khi nó đã nổi lên.

20. Bánh mì phô mai và mè

Làm được 3 ổ bánh mì

Thành phần

1 ngày

- 8½ oz. (240 g) bột chua lúa mì
- 1½ cốc (350 ml) nước, nhiệt độ phòng
- 1½ cốc (200 g) bột mì cứng
- 1½ cốc (200 g) bột mì

Ngày 2

- 1 thìa canh (15 g) muối
- 2¼ cốc (250 g) phô mai bào, chẳng hạn như phô mai Thụy Sĩ hoặc Emmental
- ½ cốc (100 ml) hạt mè rang
- 3⅔ cốc (400 g) bột mì (số lượng sẽ thay đổi tùy theo loại phô mai được sử dụng) dầu ô liu cho tô

Hướng

a) Trộn đều các nguyên liệu rồi để trong tủ lạnh khoảng 12 tiếng.

b) Lấy bột ra khỏi tủ lạnh trước để đảm bảo bột không quá lạnh. Thêm muối, phô mai, hạt vừng và bột mì. Phô mai càng khô thì bạn càng cần ít bột mì. Trộn đều và để bột nổi lên trong tô trộn có phủ một lớp giấy thiếc cho đến khi bột nở gấp đôi.

c) Cẩn thận trải bột ra bàn và cắt thành ba phần. Nhẹ nhàng tạo hình thành những ổ bánh tròn. Đặt các ổ bánh mì lên khay nướng đã phết dầu mỡ và để bánh nở trong khoảng 30 phút.

d) Nhiệt độ lò ban đầu: 450°F (230°C)

e) Cho bánh mì vào lò nướng và giảm nhiệt độ xuống 400°F (210°C). Nướng trong khoảng 30 phút.

f) Rang hạt vừng trên chảo khô. Để hạt vừng nguội trước khi trộn bột.

g) Khi bột đã sẵn sàng, cẩn thận tạo hình thành những ổ bánh tròn.

h) Sau khi ổ bánh nở được ba mươi phút, rắc bột mì và nhẹ nhàng rạch lên mặt ổ bánh trước khi cho vào lò nướng.

21. Bánh mì chua trà xanh

Làm một ổ bánh mì

Thành phần

- 1 cốc (250 ml) trà xanh đặc, ấm
- 7 oz. (200 g) bột chua lúa mì
- 1 thìa canh (15 g) muối
- 5 cốc (600 g) dầu ô liu bột mì cho tô

Hướng

a) Trộn các thành phần và nhào đều. Để bột nổi lên trong tô có bôi mỡ và đậy nắp trong 1 giờ.

b) Nhẹ nhàng đổ bột lên bàn nướng. Nó sẽ chảy ra một chút.

c) Nhẹ nhàng gấp ổ bánh mì lại và đặt lên khay nướng đã phết dầu mỡ. Để nó tăng thêm 30 phút nữa.

d) Nhiệt độ lò ban đầu: 475°F (250°C)

e) Đặt bánh mì vào lò nướng và rắc một cốc nước dưới đáy lò. Giảm nhiệt độ xuống 400°F (200°C).

f) Nướng bánh trong khoảng 25 phút.

22. Bánh mì bột chua kiểu Anh

Làm 1 ổ bánh mì

Thành phần

- ¾ oz. (20 g) men tươi
- 1¼ cốc (300 ml) nước, nhiệt độ phòng
- 5½ cốc (650 g) bột mì nguyên hạt
- 5 oz. (150 g) bột chua lúa mì
- 1 thìa canh (15 g) muối
- 1 muỗng canh đường thô
- ¼ cốc (50ml) dầu ô liu
- bơ tan chảy để đánh răng

Hướng

a) Hòa tan men trong một ít nước. Trộn kỹ tất cả các thành phần và nhào đều. Nếu bạn cần nhiều nước hơn mức quy định, hãy thử thêm từng chút một. Số lượng chỉ mang tính chất gần đúng vì khả năng phản ứng của bột có thể khác nhau.

b) Tạo khối bột đã nhào thành ổ bánh mì và ủ cho đến khi khối lượng bột tăng gấp đôi, khoảng 45–60 phút.

c) Phết một ít bơ tan chảy lên mặt bánh trước khi cho vào lò nướng.

d) Đặt bánh mì vào lò nướng và rắc một cốc nước dưới đáy lò. Giảm nhiệt độ xuống 400°F (200°C).

e) Nướng bánh khoảng 30 phút.

23. Bánh mì cà rốt

Làm 2-3 ổ bánh mì

Thành phần

- ½ cốc (100 ml) sữa, nhiệt độ phòng
- 1¾ thìa cà phê (5 g) men tươi
- 1 thìa canh (15 g) muối
- 3¾ cốc (450 g) bột mì, bột mì nguyên hạt
- 1 cốc (100 g) yến mạch cán
- 5 oz. (150 g) bột chua lúa mì
- 1 cốc (200 ml) nước, nhiệt độ phòng
- 2 cốc (250 g) cà rốt bào sợi

Hướng

a) Kết hợp sữa và men. Trộn tất cả nguyên liệu trừ cà rốt. Nhào bột khoảng 10 phút. Thêm cà rốt bào sợi và nhào thêm một ít.

b) Để bột nở trong 60–90 phút ở nơi ấm áp.

c) Nhiệt độ lò ban đầu: 475°F (250°C)

d) Đặt các ổ bánh vào lò nướng và nướng trong 10 phút. Hạ nhiệt độ xuống 350°F (180°C) và nướng thêm khoảng 30 phút nữa.

e) Nướng yến mạch trong chảo chống dính.

f) Nhào bột khoảng 10 phút. Thêm cà rốt bào sợi.

24. Bánh mì yến mạch

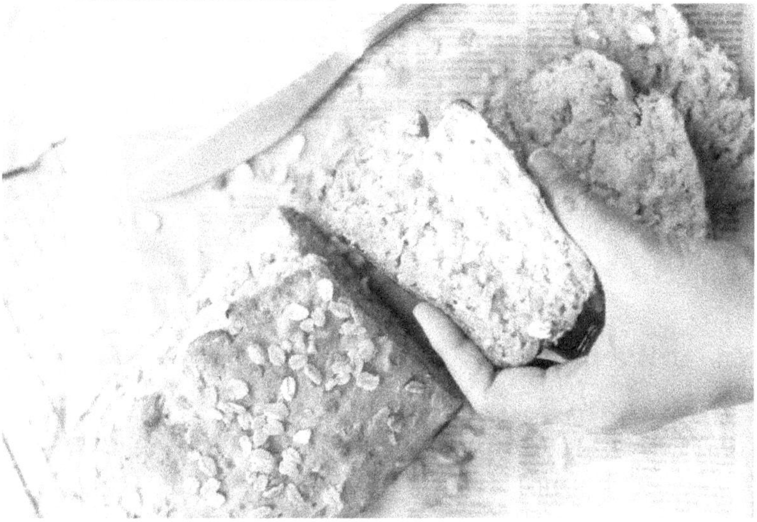

Làm được 3 ổ bánh mì

Thành phần

- 1 mẻ bột chua yến mạch
- ½ cốc (125 ml) nước, nhiệt độ phòng
- ½ thìa canh (10 g) muối
- 2 thìa cà phê (15g) mật ong
- khoảng 2½ cốc (300 g) bột mì
- một ít yến mạch cán

Hướng

a) Trộn tất cả các thành phần ngoại trừ yến mạch cán và nhào đều. Để bột nở trong 2-3 giờ.

b) Nặn bột thành ba ổ bánh tròn. Quét nước và nhúng bánh mì vào yến mạch đã cán. Để bột nổi lên trên khay nướng đã phết dầu trong 45 phút nữa.

c) Nướng bánh ở nhiệt độ 375°F (190°C) trong khoảng 20 phút.

25. Bánh mì đậu lăng

Làm 1 ổ bánh mì

Thành phần

- 1 mẻ bột chua đậu lăng
- ¼ cốc (50 g) dầu ô liu
- 2 thìa cà phê (10g) muối biển
- ½ cốc (100 ml) nước, nhiệt độ phòng
- 2 cốc (250 g) bột mì

Hướng

a) Trộn các thành phần và nhào đều. Nếu bột quá lỏng thì cho thêm một ít bột mì. Đặt bột vào tủ lạnh qua đêm.

b) Lấy bột ra và nhào thêm một chút. Tạo hình bột thành một ổ bánh mì và đặt lên khay nướng đã phết dầu mỡ.

c) Để bánh nở trong tủ lạnh khoảng 12 tiếng.

d) Lấy bánh mì ra khỏi tủ lạnh và để ở nhiệt độ phòng trong 30 phút trước khi cho vào lò nướng. Nướng bánh mì ở nhiệt độ 400°F (200°C) trong khoảng 30 phút.

26. Bánh mì ngọt Karlsbad

Làm được khoảng 30 cái bánh

Thành phần

- 1⅔ cốc (400 ml) sữa, nhiệt độ phòng
- 7 oz. (200 g) bột chua lúa mì
- 9 cốc (1 kg) bột mì
- 3½ thìa canh (30 g) men tươi
- 1 cốc (250 g) bơ
- 1 cốc (200 g) đường
- 6 lòng đỏ trứng
- ½ thìa canh (10 g) muối
- 1 quả trứng để đánh răng

Hướng

a) Trộn 1¼ cốc (300 ml) sữa với bột chua, một nửa lượng bột mì và men. Để nó tăng trong khoảng 1 giờ.

b) Đun chảy bơ và để nguội.

c) Trộn tất cả nguyên liệu với bột. Nhào bột cho đến khi mịn.

d) Nặn bột thành khoảng ba mươi chiếc bánh đơn giản hoặc hình lưỡi liềm và đặt chúng lên khay nướng đã phết dầu mỡ.

e) Để chúng nổi lên dưới một miếng vải cho đến khi bánh nở gấp đôi.

f) Quét bánh với trứng đã đánh. Nướng ở 400°F (210°C) trong khoảng 10 phút.

27. <u>Gugelhupf</u>

Làm 1-2 chiếc bánh

Thành phần

Bước 1

- 1¾ thìa cà phê (5 g) men tươi
- 1 cốc (250 ml) sữa, nhiệt độ phòng
- 3 cốc (375 g) bột mì
- 3½ oz. (100 g) bột chua lúa mì

Bước 2

- 1 cốc (200 ml) sữa, nhiệt độ phòng
- 3¾ cốc (450 g) bột mì
- ½ cốc (100g) đường
- ¾ cốc (175 g) bơ tan chảy, để nguội
- 3–4 quả trứng vỏ từ 1 quả chanh 1 cốc (150 g) nho khô đường bột để trang trí

Hướng

a) Hòa tan men trong một ít sữa. Thêm các thành phần khác và trộn đều. Để bột nở trong 1-2 giờ.

b) Thêm tất cả các thành phần vào bột và trộn kỹ. Đổ bột vào một hoặc hai chảo Bundt 11 × 7 × 1 ½ inch (1 ½ lít) đã được bôi mỡ và rắc bột mì. Để bột nở cho đến khi lớn hơn khoảng 30% hoặc trong 1 giờ.

c) Nướng ở nhiệt độ 390°F (200°C) trong 20–30 phút. Để bánh nguội trước khi lấy bánh ra khỏi khuôn. Cuối cùng rắc đường bột lên trên.

d) Trộn bột với các nguyên liệu ở bước hai và khuấy đều.

e) Đổ đầy bột vào các khuôn đã phết mỡ và bột mì.

f) Để bánh nướng nguội trước khi cắt.

28. Brioche

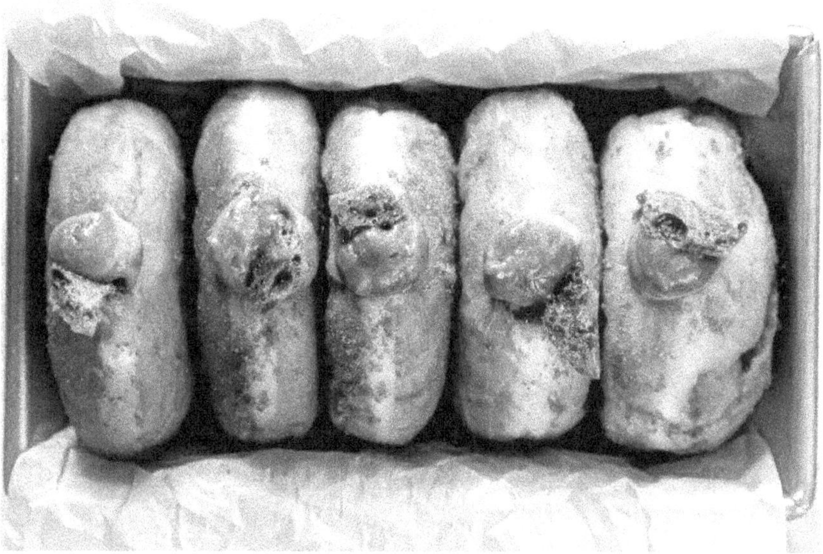

Làm khoảng 20 cuộn

Thành phần

- 3½ oz. (100 g) bột chua lúa mì
- 3½ cốc (450 g) bột mì
- ⅔ cốc (75 ml) sữa, nhiệt độ phòng 5¼ thìa cà phê (15 g) men tươi
- 5 quả trứng
- ⅔ cốc (75 g) đường
- 1½ thìa canh (25g) muối
- 1½ cốc (350 g) bơ không muối, làm mềm
- 1 quả trứng để đánh răng

Hướng

a) Trộn bột chua với một nửa bột mì, sữa và men. Để hỗn hợp tăng lên trong khoảng 2 giờ.

b) Thêm tất cả các thành phần ngoại trừ bơ và trộn kỹ. Sau đó, thêm từng chút bơ vào—khoảng ¼ cốc (50 g) mỗi lần. Nhào kỹ.

c) Dùng vải bọc lại và để bột nở trong khoảng 30 phút.

d) Nặn thành hai mươi chiếc bánh nhỏ, mịn. Đặt chúng vào khuôn cupcake và để nở cho đến khi chúng nở gấp đôi. Quét bánh với trứng.

e) Nướng bánh brioche ở nhiệt độ 400°F (210°C) trong khoảng 10 phút.

29. Bánh mỳ

Làm khoảng 35 cái bánh

Thành phần

- 2 cốc (500 ml) sữa, nhiệt độ phòng
- 1¾ oz. (50 g) bột chua lúa mì
- 9½ cốc (1¼ kg) bột mì
- 1 cốc (200 g) bơ
- ½ cốc (75 g) men tươi
- ½ cốc (165 g) xi-rô trắng
- ½ oz. (15 g) bạch đậu khấu xay
- 1 thìa cà phê (5 g) muối 1 quả trứng để đánh đường ngọc trai trang trí

Hướng

a) Trộn 1⅔ cốc (400 ml) sữa với bột chua và một nửa số bột mì. Để tăng trong khoảng 1 giờ.

b) Đun chảy bơ và để nguội.

c) Hòa tan men trong sữa còn lại. Khi hoàn tất, thêm tất cả nguyên liệu vào khối bột đầu tiên và trộn kỹ. Nhào cho đến khi mịn.

d) Nặn bột thành 35 chiếc bánh và đặt chúng lên khay nướng đã phết dầu mỡ. Để chúng nổi lên dưới một miếng vải cho đến khi chúng to gấp đôi.

e) Quét một lớp trứng đã đánh lên bánh và rắc một ít đường trân châu. Nướng ở 400°F (210°C) trong khoảng 10 phút.

BÁNH QUYẾN, BÁNH TÁNH, BÁNH BÁNH, CUỘN VÀ NHIỀU HƠN NỮA

30. Bánh quy thịt xông khói và phô mai

1 chén bột mì đa dụng chưa tẩy trắng
2 muỗng cà phê. bột nở
½ muỗng cà phê. baking soda
¼ muỗng cà phê. muối
⅓ cốc bơ rất lạnh, cắt thành khối
¾ cốc phô mai cheddar cắt nhỏ
8 lát thịt xông khói, nấu chín, để nguội và cắt vụn
1 cốc khởi động tích cực
Làm nóng lò ở nhiệt độ 425°. Lót khay nướng bằng tấm lót nướng silicon hoặc giấy da; tạm gác lại.
Trong một tô trộn vừa, trộn đều bột mì, bột nở, baking soda và muối. Dùng dụng cụ cắt bánh ngọt hoặc nĩa, trộn bơ cho đến khi hỗn hợp trở nên vụn thô, thao tác nhanh để bơ không bị quá nóng. Trộn phô mai và thịt xông khói. Tiếp theo, thêm ¾ cốc bột khởi đầu và trộn cho đến khi tạo thành bột mềm, thêm phần khởi động còn lại nếu cần.
Đổ bột lên bề mặt đã rắc bột mì và nhào nhẹ vài lần. Dùng tay hoặc cán cán dẹt miếng bột dày khoảng 1 inch. Dùng dao cắt bột mì hoặc dao sắc cắt thành 10 đến 12 chiếc bánh quy. Đặt bánh quy lên khay nướng đã chuẩn bị sẵn và nướng trong vòng 12 đến 15 phút hoặc cho đến khi phồng lên và vàng.
Làm được 10 đến 12 cái bánh quy

31. bánh mì tròn

2 cốc khởi động hoạt động (480 g.)
2 quả trứng, đánh bông
½ cốc sữa
2 T. dầu
4 T. đường cát, chia
1 muỗng cà phê. muối
3 chén bột mì đa dụng chưa tẩy trắng
Lưu ý: Tôi thường làm một mẻ bột khai vị mới vào buổi sáng và sau đó trộn bột vào buổi tối hôm đó để bột nở qua đêm và nấu bánh mì tròn vào ngày hôm sau.
Đổ hoặc múc món khai vị vào tô trộn lớn. Thêm trứng, sữa, dầu, 2 thìa đường, muối vào rồi trộn đều. Thêm bột mì vào từng chút một, trộn đều bằng tay. Khi bột trở nên cứng đến mức không thể tiếp tục trộn bằng tay, hãy đặt bột lên bề mặt đã rắc bột mì và nhào phần bột còn lại cho đến khi bột mịn và dẻo (khoảng 8 phút). Bạn có thể dùng thêm bột mì nếu cần để bột không bị dính, nhưng cố gắng dùng thêm ít bột mì nhất có thể. Bột rất cứng nên bạn có thể sử dụng máy trộn đứng nếu có; nhào bằng móc bột trong 5 đến 7 phút.
Đặt bột vào một hộp sạch hoặc tô trộn lớn, bọc bằng màng bọc thực phẩm và để bột nở ở nhiệt độ phòng trong 8 đến 12 giờ hoặc qua đêm.

Nhẹ nhàng đổ bột ra khỏi bát lên bề mặt đã phủ bột mì. Chia bột thành 12 đến 15 phần bằng nhau. Dùng tay tạo một quả bóng rồi cuộn quả bóng thành một sợi dây dài 6 inch. Nối hai đầu của sợi dây bột lại với nhau để tạo thành một vòng tròn (giống như chiếc bánh rán) và ghim hai đầu lại với nhau. Đặt chúng trên bề mặt làm việc hoặc một mảnh giấy da. Che lại bằng khăn bếp và để bánh mì tròn ở nhiệt độ phòng trong 1 đến 2 giờ hoặc cho đến khi chúng hơi phồng lên.
Làm nóng lò ở nhiệt độ 425°.
Đun sôi 4 lít nước và thêm 2 thìa đường còn lại. Thả bánh mì tròn vào nước sôi, cẩn thận không để chúng dồn vào nồi. Khi chúng nổi lên trên bề mặt, hãy lấy chúng ra bằng một chiếc thìa có rãnh, để ráo nước trên khăn bếp (hoặc bạn có thể dùng khăn giấy), sau đó

đặt chúng lên khay nướng đã lót sẵn giấy nến hoặc tấm lót nướng silicon .

Giảm nhiệt độ lò xuống 375° và cho bánh mì tròn vào lò nướng trong 25 đến 30 phút hoặc cho đến khi chúng có màu nâu vàng đậm.

Đặt chúng trên giá lưới để nguội.

Làm được 12 đến 15 chiếc bánh mì tròn

32. Bánh nướng nhân thịt bò và rau củ

vỏ trái đất
226 gam. bơ rất lạnh (2 que) hoặc bơ lạnh
250 g. bột mì đa dụng chưa tẩy trắng
6g. muối
3g. đường cát
250 g. loại bỏ bộ khởi động (loại bỏ trực tiếp khỏi tủ lạnh là tốt nhất)
10g. giấm trắng
đổ đầy
½ lb thịt bò xay
2 T. bột mì đa dụng không tẩy trắng
1 T. mùi tây tươi, băm nhỏ hoặc 1 muỗng cà phê. mảnh mùi tây khô
¾ muỗng cà phê. muối
1 muỗng cà phê. hạt nước dùng thịt bò, hoặc 1 viên nước dùng thịt bò
¼ cốc nước nóng
¾ chén khoai tây, gọt vỏ và thái hạt lựu nhỏ
½ cốc cà rốt, gọt vỏ và thái hạt lựu nhỏ
2 củ hành tây, thái nhỏ
1 quả trứng, đánh cùng với 2 T. nước và một chút muối (để rửa trứng)

Sử dụng các lỗ lớn hơn trên dụng cụ bào, cắt bơ vào một tô trộn lớn. Làm nhanh để bơ càng lạnh càng tốt.

Trong một tô khác, trộn bột mì, muối và đường; thêm các nguyên liệu này vào tô trộn rồi trộn đều để các nguyên liệu bao phủ và tách các mảnh bơ ra. Tiếp tục dùng dao cắt bánh ngọt để cắt bơ vào hỗn hợp bột cho đến khi tạo thành những mẩu vụn lớn.

Thêm bột khởi đầu và giấm rồi dùng nĩa để trộn chúng với hỗn hợp bột. Khi bột bắt đầu dính lại với nhau, bạn dùng tay nhào bột thật nhanh để không còn những mẩu bột khô nữa. Nếu bột có vẻ quá khô, bạn có thể thêm một hoặc hai thìa cà phê nước rất lạnh (nước đá nếu có).

Cắt bột thành 6 phần bằng nhau; bọc từng phần bằng màng bọc thực phẩm và để bột vào tủ lạnh trong khi làm nhân thịt.

Chiên thịt bò xay trong chảo cho đến khi thịt không còn màu hồng; xả dầu mỡ. Thêm bột mì, mùi tây và muối vào rồi khuấy đều để bột phủ đều lên thịt. Hòa tan nước dùng với nước nóng rồi cho vào hỗn hợp thịt. Tiếp tục khuấy, thêm khoai tây, cà rốt và hành tây. Đậy nắp và nấu trên lửa vừa cho đến khi rau mềm giòn. Tắt bếp và để hỗn hợp nguội.

Làm nóng lò ở nhiệt độ 400°. Lót khay nướng bằng giấy nến hoặc tấm lót nướng silicon.

Lấy bánh ngọt ra khỏi tủ lạnh và cán từng miếng thành hình tròn 8 inch. Đặt khoảng ⅓ cốc hỗn hợp thịt hơi lệch tâm trên mỗi vòng tròn bột. Làm ẩm mép bột và gấp bột lại để tạo thành hình bán nguyệt. Gấp các cạnh lại với nhau bằng một cái nĩa để bịt kín các cạnh. Với một con dao thật sắc, cắt một khe dài 1 inch ở trên cùng. Quét mặt trên của bánh nướng bằng nước rửa trứng.

Đặt những chiếc bánh nướng bằng tay lên khay nướng đã chuẩn bị sẵn và giảm nhiệt xuống 350°. Ngay lập tức đặt khay nướng vào lò nướng và nướng bánh trong 35 đến 40 phút hoặc cho đến khi mặt bánh chín vàng.

Làm được 6 chiếc bánh

33. bánh mì tròn việt quất

2 cốc khởi động hoạt động (480 g.)
2 quả trứng, đánh bông
½ cốc sữa
½ cốc quả việt quất, tươi, khô, đông lạnh và rã đông, hoặc đóng hộp và để ráo nước
2 T. dầu
4 T. đường cát, chia
1 muỗng cà phê. muối
3 chén bột mì đa dụng chưa tẩy trắng
Lưu ý: Tôi thường làm một mẻ bột khai vị mới vào buổi sáng và trộn bột vào buổi tối hôm đó để bột nở qua đêm và nấu bánh mì tròn vào ngày hôm sau.
Đổ hoặc múc món khai vị vào tô trộn lớn. Thêm trứng, sữa, quả việt quất, dầu, 2 thìa đường và muối vào rồi khuấy đều. Thêm bột mì vào từng chút một, trộn đều bằng tay. Khi bột trở nên cứng đến mức không thể tiếp tục trộn bằng tay, hãy đặt bột lên bề mặt đã rắc bột mì và nhào phần bột còn lại cho đến khi bột mịn và dẻo (khoảng 7 phút). Bạn có thể dùng thêm bột mì nếu cần để bột không bị dính, nhưng cố gắng dùng thêm ít bột mì nhất có thể. Bột rất cứng nên bạn có thể sử dụng máy trộn đứng nếu có; nhào bằng móc bột trong 5 phút.

Đặt bột vào một hộp sạch hoặc tô trộn lớn, bọc bằng màng bọc thực phẩm và để bột nở ở nhiệt độ phòng trong 8 đến 12 giờ hoặc qua đêm.
Nhẹ nhàng đổ bột ra khỏi bát lên bề mặt đã phủ bột mì. Chia bột thành 12 đến 15 phần bằng nhau. Dùng tay tạo một quả bóng rồi cuộn quả bóng thành một sợi dây dài 6 inch. Nối hai đầu của sợi dây bột lại với nhau để tạo thành một vòng tròn (giống như chiếc bánh rán) và ghim hai đầu lại với nhau. Đặt chúng trên bề mặt làm việc hoặc một mảnh giấy da. Che lại bằng khăn bếp và để bánh mì tròn ở nhiệt độ phòng trong 1 đến 2 giờ hoặc cho đến khi chúng hơi phồng lên.
Làm nóng lò ở nhiệt độ 425°.

Đun sôi 4 lít nước và thêm 2 thìa đường còn lại. Thả bánh mì tròn vào nước sôi, cẩn thận không để chúng dồn vào nồi. Khi chúng nổi lên trên bề mặt, hãy lấy chúng ra bằng một chiếc thìa có rãnh, để ráo nước trên khăn bếp (hoặc bạn có thể dùng khăn giấy), sau đó đặt chúng lên khay nướng đã lót sẵn giấy nến hoặc tấm lót nướng silicon .

Giảm nhiệt độ lò xuống 375° và cho bánh mì tròn vào lò nướng trong 25 đến 30 phút hoặc cho đến khi chúng có màu nâu vàng đậm.

Đặt chúng trên giá lưới để nguội.

Làm được 12 đến 15 chiếc bánh mì tròn

34. sừng bơ

1 cốc sữa
½ cốc nước
½ cốc (1 que) bơ, cộng thêm một ít để đánh răng
½ chén đường cát
2 muỗng cà phê. muối
4½ chén bột mì đa dụng chưa tẩy trắng, chia
1 cốc khai vị
3 quả trứng

Trong một chảo vừa, khuấy đều sữa, nước, ½ cốc bơ, đường và muối rồi đun nhỏ lửa cho đến khi bơ tan chảy. Đặt hỗn hợp vào một tô trộn lớn và để nguội đến mức vừa đủ ấm. Thêm 2 chén bột và trộn đều. Thêm bộ khởi động và trộn lại. Đậy bát bằng màng bọc thực phẩm và để ở nhiệt độ phòng trong khoảng 8 giờ hoặc qua đêm.

Thêm đủ lượng bột còn lại để tạo thành một khối bột mềm, lỏng và hơi dính. Thêm từng quả trứng vào, trộn đều sau mỗi lần thêm. Đậy bát và để yên ở nhiệt độ phòng trong 2 giờ.

Đổ bột lên bề mặt đã rắc bột mì và cắt thành 3 phần bằng nhau. Cán từng phần thành một hình tròn dày, dày hơn vỏ bánh một chút. Quét bơ tan chảy lên từng hình tròn rồi cắt mỗi hình tròn thành 12 miếng như thể bạn đang cắt một chiếc bánh. Cuộn từng miếng nêm lại, bắt đầu từ đầu mỡ và lăn về phía đầu. Đặt các cuộn bánh lên khay nướng có lót một tấm lót nướng silicon hoặc giấy da. Đậy các cuộn lại và để chúng ở nhiệt độ phòng cho đến khi mềm và mịn (khoảng 2 giờ).

Làm nóng lò ở nhiệt độ 350°. Nướng trong 15 phút hoặc cho đến khi các cuộn bánh có màu nâu vàng nhạt và chín đều.

Ăn đơn giản hoặc rắc đường bột lên trên.

Làm 36

35. Bánh mì tròn phô mai Cheddar

2 cốc khởi động hoạt động (480 g.)
2 quả trứng, đánh bông
½ cốc sữa
½ chén phô mai cheddar sắc nét, thái nhỏ, cộng thêm một ít để rắc lên trên
2 T. dầu
3 T. đường cát, chia
1 muỗng cà phê. muối
3 chén bột mì đa dụng chưa tẩy trắng

Lưu ý: Tôi thường làm một mẻ bột khai vị mới vào buổi sáng và trộn bột vào buổi tối hôm đó để bột nở qua đêm và nấu bánh mì tròn vào ngày hôm sau.
Đổ hoặc múc món khai vị vào tô trộn lớn. Thêm trứng, sữa, phô mai cheddar, dầu, 1 thìa đường, muối vào rồi khuấy đều. Thêm bột mì vào từng chút một, trộn đều bằng tay. Khi bột trở nên cứng đến mức không thể tiếp tục trộn bằng tay, hãy đặt bột lên bề mặt đã rắc bột mì và nhào phần bột còn lại cho đến khi bột mịn và dẻo (khoảng 8 phút). Bạn có thể dùng thêm bột mì nếu cần để bột không bị dính, nhưng cố gắng dùng thêm ít bột mì nhất có thể. Bột rất cứng nên bạn có thể sử dụng máy trộn đứng nếu có; nhào bằng móc bột trong 5 đến 7 phút.
Đặt bột vào một hộp sạch hoặc tô trộn lớn, bọc bằng màng bọc thực phẩm và để bột nở ở nhiệt độ phòng trong 8 đến 12 giờ hoặc qua đêm.
Nhẹ nhàng đổ bột ra khỏi bát lên bề mặt đã phủ bột mì. Chia bột thành 12 đến 15 phần bằng nhau. Dùng tay tạo một quả bóng rồi cuộn quả bóng thành một sợi dây dài 6 inch. Nối hai đầu của sợi dây bột lại với nhau để tạo thành một vòng tròn (giống như chiếc bánh rán) và ghim hai đầu lại với nhau. Đặt chúng trên bề mặt làm việc hoặc một mảnh giấy da. Che lại bằng khăn bếp và để bánh mì tròn ở nhiệt độ phòng trong 1 đến 2 giờ hoặc cho đến khi chúng hơi phồng lên.
Làm nóng lò ở nhiệt độ 425°.

Đun sôi 4 lít nước và thêm 2 thìa đường còn lại. Thả bánh mì tròn vào nước sôi, cẩn thận không để chúng dồn vào nồi. Khi chúng nổi lên mặt nước trong khoảng 30 giây (hoặc lâu hơn một chút), hãy lấy chúng ra bằng thìa có rãnh, để ráo nước trên khăn bếp (hoặc bạn có thể dùng khăn giấy), sau đó đặt chúng lên khay nướng đã được lót sẵn giấy nướng. lót bằng giấy nến có phết dầu hoặc tấm lót nướng silicon. Rắc lên mặt bánh mì tròn một lượng nhỏ phô mai cắt nhỏ nếu muốn.

Giảm nhiệt độ lò xuống 375° và cho bánh mì tròn vào lò nướng trong 25 đến 30 phút hoặc cho đến khi chúng có màu nâu vàng đậm. Đặt chúng trên giá lưới để nguội.

Làm được 12 đến 15 chiếc bánh mì tròn

36. Bánh quy phô mai và hẹ

1 chén bột mì đa dụng chưa tẩy trắng
2 muỗng cà phê. bột nở
½ muỗng cà phê. baking soda
¼ muỗng cà phê. muối
¾ chén phô mai cheddar cắt nhỏ
½ chén hẹ cắt nhỏ
⅓ cốc bơ rất lạnh, cắt thành khối
1 cốc khởi động tích cực
Làm nóng lò ở nhiệt độ 425°. Lót khay nướng bằng tấm lót nướng silicon hoặc giấy da; tạm gác lại.
Trong một tô trộn vừa, trộn đều bột mì, bột nở, baking soda và muối. Thêm phô mai và hẹ. Dùng dụng cụ cắt bánh ngọt hoặc nĩa, trộn bơ cho đến khi hỗn hợp trở nên vụn thô, thao tác nhanh để bơ không bị quá nóng. Tiếp theo, thêm ¾ cốc bột khởi đầu và trộn cho đến khi tạo thành bột mềm, thêm phần khởi động còn lại nếu cần.
Đổ bột lên bề mặt đã rắc bột mì và nhào nhẹ vài lần. Dùng tay hoặc cán cán dẹt miếng bột dày khoảng 1 inch. Dùng dao cắt bột mì hoặc dao sắc cắt thành 10 đến 12 chiếc bánh quy. Đặt bánh quy lên khay nướng đã chuẩn bị sẵn và nướng trong 14 đến 16 phút hoặc cho đến khi phồng lên và vàng.
Làm được 10 đến 12 cái bánh quy

37. Bánh mì tròn phô mai và Jalapeño

2 cốc khởi động hoạt động (480 g.)
2 quả trứng, đánh bông
½ cốc sữa
⅓ chén phô mai cheddar sắc nét, thái nhỏ, cộng thêm một ít để rắc lên trên
2 T. dầu
3 T. đường cát, chia
1 muỗng cà phê. muối
¼ chén ớt jalapeño tươi thái nhỏ, ngâm hoặc rang
3 chén bột mì đa dụng chưa tẩy trắng
Lưu ý: Tôi thường làm một mẻ bột khai vị mới vào buổi sáng và trộn bột vào buổi tối hôm đó để bột nở qua đêm và nấu bánh mì tròn vào ngày hôm sau.
Đổ hoặc múc món khai vị vào tô trộn lớn. Thêm trứng, sữa, phô mai, dầu, 1 thìa đường, muối và ớt vào rồi khuấy đều. Thêm bột mì vào từng chút một, trộn đều bằng tay. Khi bột trở nên cứng đến mức không thể tiếp tục trộn bằng tay, hãy đặt bột lên bề mặt đã rắc bột mì và nhào phần bột còn lại cho đến khi bột mịn và dẻo (khoảng 8 phút). Bạn có thể dùng thêm bột mì nếu cần để bột không bị dính, nhưng cố gắng dùng thêm ít bột mì nhất có thể. Bột rất cứng nên bạn có thể sử dụng máy trộn đứng nếu có; nhào bằng móc bột trong 5 đến 7 phút.
Đặt bột vào một hộp sạch hoặc tô trộn lớn, bọc bằng màng bọc thực phẩm và để bột nở ở nhiệt độ phòng trong 8 đến 12 giờ hoặc qua đêm.
Nhẹ nhàng đổ bột ra khỏi bát lên bề mặt đã phủ bột mì. Chia bột thành 12 đến 15 phần bằng nhau. Dùng tay tạo một quả bóng rồi cuộn quả bóng thành một sợi dây dài 6 inch. Nối hai đầu của sợi dây bột lại với nhau để tạo thành một vòng tròn (giống như chiếc bánh rán) và ghim hai đầu lại với nhau. Đặt chúng lên bề mặt làm việc hoặc một mảnh giấy da đã được phủ một lớp bột mì nhẹ. Che lại bằng khăn bếp và để bánh mì tròn ở nhiệt độ phòng trong 1 đến 2 giờ hoặc cho đến khi chúng hơi phồng lên.
Làm nóng lò ở nhiệt độ 425°.

Đun sôi 4 lít nước và thêm 2 thìa đường còn lại. Thả bánh mì tròn vào nước sôi, cẩn thận không để chúng dồn vào nồi. Khi chúng nổi lên mặt nước trong khoảng 30 giây, hãy lấy chúng ra bằng thìa có rãnh, để ráo nước trên khăn bếp (hoặc bạn có thể dùng khăn giấy), sau đó đặt chúng lên khay nướng đã lót sẵn giấy da đã bôi dầu mỡ. hoặc một tấm thảm nướng silicon. Rắc lên mặt bánh mì tròn một lượng nhỏ phô mai cắt nhỏ nếu muốn.
Giảm nhiệt độ lò xuống 375° và cho bánh mì tròn vào lò nướng trong 25 đến 30 phút hoặc cho đến khi chúng có màu nâu vàng đậm. Đặt chúng trên giá lưới để nguội.
Làm được 12 đến 15 chiếc bánh mì tròn

38. Bánh mì tròn quế nho khô

2 cốc khởi động hoạt động (480 g.)
2 quả trứng, đánh bông
½ cốc sữa
½ cốc nho khô
2 T. dầu
4 T. đường cát, chia
1 muỗng cà phê. muối
1 muỗng cà phê. quế xay
3 chén bột mì đa dụng chưa tẩy trắng
Lưu ý: Tôi thường làm một mẻ bột khai vị mới vào buổi sáng và trộn bột vào buổi tối hôm đó để bột nở qua đêm và nấu bánh mì tròn vào ngày hôm sau.
Đổ hoặc múc món khai vị vào tô trộn lớn. Thêm trứng, sữa, nho khô, dầu, 2 thìa đường, muối và quế vào rồi khuấy đều. Thêm bột mì vào từng chút một, trộn đều bằng tay. Khi bột trở nên cứng đến mức không thể tiếp tục trộn bằng tay, hãy đặt bột lên bề mặt đã rắc bột mì và nhào phần bột còn lại cho đến khi bột mịn và dẻo (khoảng 8 phút). Bạn có thể dùng thêm bột mì nếu cần để bột không bị dính, nhưng cố gắng dùng thêm ít bột mì nhất có thể. Bột rất cứng nên bạn có thể sử dụng máy trộn đứng nếu có; nhào bằng móc bột trong 5 đến 7 phút.
Đặt bột vào một hộp sạch hoặc tô trộn lớn, bọc bằng màng bọc thực phẩm và để bột nở ở nhiệt độ phòng trong 8 đến 12 giờ hoặc qua đêm.

Nhẹ nhàng đổ bột ra khỏi bát lên bề mặt đã phủ bột mì. Chia bột thành 12 đến 15 phần bằng nhau. Dùng tay tạo một quả bóng rồi cuộn quả bóng thành một sợi dây dài 6 inch. Nối hai đầu của sợi dây bột lại với nhau để tạo thành một vòng tròn (giống như chiếc bánh rán) và ghim hai đầu lại với nhau. Đặt chúng trên bề mặt làm việc hoặc một mảnh giấy da. Che lại bằng khăn bếp và để bánh mì tròn ở nhiệt độ phòng trong 1 đến 2 giờ hoặc cho đến khi chúng hơi phồng lên.
Làm nóng lò ở nhiệt độ 425°.

Đun sôi 4 lít nước và thêm 2 thìa đường còn lại. Thả bánh mì tròn vào nước sôi, cẩn thận không để chúng dồn vào nồi. Khi chúng nổi lên trên bề mặt, hãy lấy chúng ra bằng một chiếc thìa có rãnh, để ráo nước trên khăn bếp (hoặc bạn có thể dùng khăn giấy), sau đó đặt chúng lên khay nướng đã lót sẵn giấy nến hoặc tấm lót nướng silicon .

Giảm nhiệt độ lò xuống 375° và cho bánh mì tròn vào lò nướng trong 25 đến 30 phút hoặc cho đến khi chúng có màu nâu vàng đậm.

Đặt chúng trên giá lưới để nguội.

Làm được 12 đến 15 chiếc bánh mì tròn

39. bánh ngô

1 cốc khai vị (bỏ đi cũng được)
1 cốc bơ sữa
1 cốc bột ngô
1 chén bột mì đa dụng chưa tẩy trắng
2 quả trứng
½ cốc bơ, đun chảy và để nguội nhưng vẫn ở dạng lỏng
¼ cốc đường
½ muỗng cà phê. muối
2 muỗng cà phê. bột nở
½ muỗng cà phê. baking soda
Trong một tô trộn vừa, trộn men, sữa bơ, bột ngô và bột mì. (Bạn có thể bọc bát bằng màng bọc thực phẩm và để ở nhiệt độ phòng trong một hoặc hai giờ để hương vị phát triển hơn nữa hoặc tiếp tục ngay với các bước tiếp theo.)
Làm nóng lò ở nhiệt độ 350°. Thoa nhiều dầu hoặc bơ vào chảo gang 9 inch, đĩa bánh nướng có lòng sâu hoặc đĩa nướng và đặt sang một bên trong khi bạn trộn xong bột.
Thêm trứng, bơ, đường, muối vào hỗn hợp bột và khuấy đều. Thêm bột nở và baking soda vào và khuấy lại.
Đặt bột vào hộp nướng đã chuẩn bị sẵn và làm phẳng mặt trên của bột. Nướng trong vòng 35 đến 40 phút hoặc cho đến khi mặt trên có màu nâu nhạt và phần giữa chín đều. Để bánh ngô nguội khoảng 10 phút trước khi cắt lát.
Phục vụ 6 đến 8

40. Bữa tối cuộn

người mới bắt đầu
60 g. bột mì đa dụng chưa tẩy trắng
60 g. Nước
24g. món khai vị
12g. đường cát hoặc đường bột
Bánh cuốn ăn tối
75 g. bơ
Món khai vị được làm vào tối hôm trước
440 g. bột mì đa dụng chưa tẩy trắng
180 g. nước, nhiệt độ phòng hoặc hơi ấm
115 g. sữa
23g. đường cát hoặc đường bột
10g. muối
1 quả trứng, đánh với 1 T. sữa để rửa trứng
Đêm trước:
Trong bình đóng hộp quart miệng rộng hoặc bát trộn cỡ vừa, trộn nguyên liệu ban đầu. Che lại bằng màng bọc thực phẩm và để ở nhiệt độ phòng qua đêm.
Sáng hôm sau:
Cắt bơ thành từng miếng ½ inch; đặt các miếng vào một cái bát nhỏ và đặt sang một bên—chúng cần ở nhiệt độ phòng khi bạn sử dụng. Trong tô của máy trộn đứng, đặt món khai vị cùng với tất cả các nguyên liệu cuộn trừ bơ và nước rửa trứng. Chuyển sang tốc độ thấp và trộn cho đến khi không còn bột khô nữa. Xoay máy trộn ở tốc độ trung bình và tiếp tục trộn cho đến khi bột hình thành và bắt đầu bong ra khỏi các mặt (3 đến 5 phút). Đổ bột vào một cái bát lớn và bọc bát bằng màng bọc thực phẩm. Để bột nghỉ 30 phút rồi thực hiện 3 đợt căng và gấp cách nhau 30 phút, đậy kín bát giữa các đợt. Đậy kín bát, để bột nở ở nhiệt độ phòng trong 2 tiếng rưỡi nữa.
Trước khi tạo hình, để bột vào tủ lạnh khoảng 20 phút - điều này sẽ giúp tạo hình cuộn dễ dàng hơn vì bột rất mềm và thoáng.
Chuẩn bị một đĩa nướng 9 × 9 inch bằng cách phết bơ dày lên bên trong hoặc đặt một miếng giấy da đã cắt vừa khít vào bên trong chảo.

Cẩn thận đổ bột lên bề mặt đã phủ bột mì. Dùng dao cạo hoặc dao sắc chia bột thành 16 phần bằng nhau. Nặn từng miếng bột thành một khối tròn chặt. Đặt các viên bột vào khay nướng thành 4 hàng ngang và 4 hàng hướng xuống.

Đậy đĩa nướng bằng màng bọc thực phẩm và để bánh nở ở nhiệt độ phòng trong khoảng 3 giờ. Bột phải nổi lên ngang mặt đĩa nướng và rất mềm. Nếu chưa, hãy để bột tiếp tục nở và kiểm tra lại sau mỗi nửa giờ.

Làm nóng lò ở nhiệt độ 425°.

Rửa trứng và đánh hỗn hợp thật kỹ cho đến khi nổi bọt. Quét nước rửa trứng lên mặt bánh cuộn và đặt đĩa nướng lên giá giữa trong lò. Nướng trong 20 phút rồi vặn lò xuống 375° và tiếp tục nướng trong 15 đến 20 phút hoặc cho đến khi mặt bánh có màu vàng nâu.

Lấy ra khỏi lò và để các cuộn bánh trong khay nướng khoảng 5 phút trước khi lấy chúng ra giá lưới để nguội thêm.

Làm được 16 cuộn

41. bánh nướng xốp kiểu Anh

½ cốc ban đầu bỏ đi
2¾ chén bột mì đa dụng chưa tẩy trắng, chia
1 cốc sữa
1 T. đường cát
1 muỗng cà phê. baking soda
¾ muỗng cà phê. muối
Bột ngô để quét bụi

Trong một tô trộn lớn, khuấy đều bột khởi đầu và 2 cốc bột mì. Dùng màng bọc thực phẩm bọc lại và để ở nhiệt độ phòng trong 8 đến 10 giờ hoặc qua đêm.

Thêm bột mì, sữa, đường, baking soda và muối còn lại vào và trộn đều. Đổ bột lên bề mặt đã rắc bột mì và nhào cho đến khi mịn và đàn hồi (4 đến 5 phút).

Cán mỏng hoặc vỗ bột dày ½ inch và cắt bánh nướng xốp kiểu Anh bằng khuôn cắt bánh quy hoặc bánh quy 3 inch. Trước khi cuộn lại các mảnh vụn để cắt thêm bánh nướng xốp, hãy để bột nghỉ trong 10 phút.

Rắc bột ngô lên khay nướng hoặc miếng giấy da rồi đặt bánh nướng xốp lên khay nướng. Để bánh nướng xốp ở nhiệt độ phòng trong ít nhất 1 giờ.

Bôi nhẹ một ít dầu lên vỉ nướng hoặc chảo (gang là tốt nhất). Đun nóng ở mức vừa phải rồi nướng bánh nướng xốp kiểu Anh trong khoảng 6 phút mỗi mặt hoặc cho đến khi chúng chín đều và có màu vàng nâu ở trên. Hãy cẩn thận để nhiệt độ đủ thấp để bánh nướng chín mà không bị cháy. Đặt bánh nướng xốp lên giá lưới hoặc khăn giấy để nguội hoàn toàn. Thay vì dùng dao cắt bánh nướng xốp kiểu Anh, hãy dùng nĩa chọc các lỗ xung quanh các cạnh rồi xé chúng ra.

Làm được 12 cái bánh nướng xốp

42. Mọi thứ bánh mì tròn

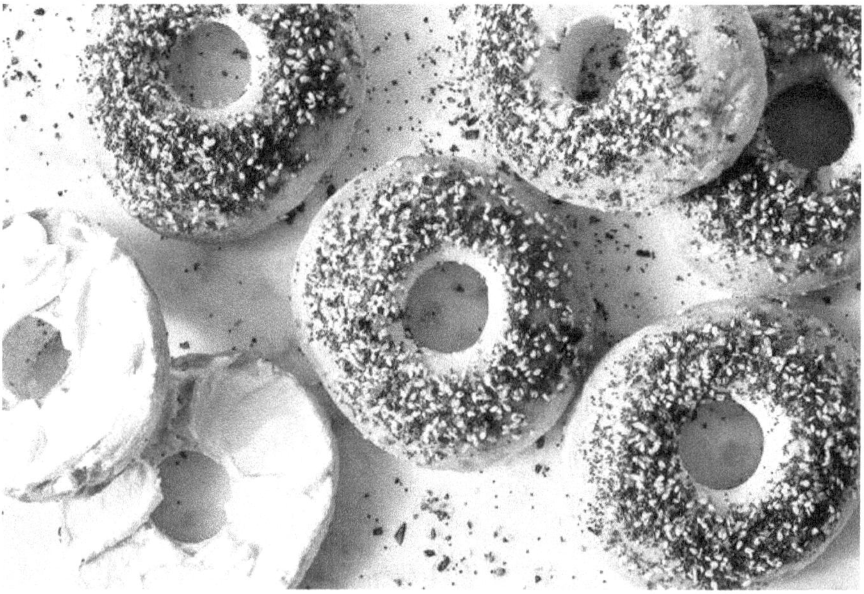

Nguyên liệu làm gia vị cho mọi thứ:
2 hạt T. thuốc phiện
1 T. cộng thêm 1 muỗng cà phê. hành khô băm
1 T. cộng thêm 1 muỗng cà phê. tỏi băm khô
1 T. hạt vừng trắng
1 T. hạt vừng đen
2 muỗng cà phê. muối thô hoặc muối biển thô
1 mẻ bánh mì tròn đơn giản, sẵn sàng để luộc và nướng (xem công thức làm bánh mì tròn ở trang 66)
Để làm Gia vị Gia vị Mọi thứ, trộn tất cả các nguyên liệu trừ bánh mì tròn vào một hộp nhỏ có nắp đậy kín.
Ngay sau khi bánh mì tròn được lấy ra khỏi nước sôi, hãy đặt chúng lên tấm nướng silicon hoặc giấy da đã phết dầu mỡ và rắc một cách tự do với Gia vị Mọi thứ Gia vị. (Hạt và gia vị sẽ dính vào bánh mì tròn khi chúng vẫn còn ướt.) Nướng theo hướng dẫn trong công thức Bánh mì tròn.
Làm được 12 đến 15 chiếc bánh mì tròn

43. Lúa mạch đen và lúa mì cuộn của Đức

món khai vị chua
150 g. bột lúa mạch đen
150 g. Nước
1 T. khởi đầu
Men khởi đầu
150 g. bột mì
150 g. Nước
1,5 g. men (khô tức thì hoặc hoạt động)
Lúa mạch đen và lúa mì cuộn của Đức
món khai vị chua
Men khởi đầu
450 g. bột mì
250 g. bột lúa mạch đen
18g. muối
3g. men (khô tức thì hoặc hoạt động)
1 muỗng cà phê. Xi-rô mạch nha lúa mạch (có thể thay thế một lượng mật đường hoặc mật ong tương đương)
Đêm trươc:
Trong bình đóng hộp quart miệng rộng hoặc bát trộn nhỏ, trộn các nguyên liệu bột chua ban đầu, khuấy đều cho đến khi kết hợp tốt. Đậy mặt trên bằng màng bọc thực phẩm và để ở nhiệt độ phòng trong khoảng 12 giờ hoặc qua đêm.
Trong một bình đóng hộp quart miệng rộng riêng biệt hoặc bát trộn nhỏ, trộn các nguyên liệu ban đầu men, khuấy đều cho đến khi kết hợp tốt. Đậy mặt trên bằng màng bọc thực phẩm và để ở nhiệt độ phòng trong khoảng 12 giờ hoặc qua đêm.
Sáng hôm sau:
Trong một bát trộn lớn, kết hợp tất cả các thành phần. Trộn bằng tay cho đến khi không còn chút bột khô nào (hoặc càng gần càng tốt). Đậy bát bằng màng bọc thực phẩm và để bột ở nhiệt độ phòng trong 30 phút để giúp bột ngậm nước.
Căng và gấp bột trong khoảng thời gian 30 phút, phủ bột giữa mỗi lần, ít nhất 6 lần hoặc cho đến khi bột mịn và nhẹ.
Cắt bột thành 18 phần bằng nhau và tạo hình các miếng bột thành hình que (trông giống như ngư lôi). Đặt các cuộn bánh lên khay

nướng đã lót sẵn tấm lót nướng silicon hoặc giấy nến. Che các cuộn bằng khăn bếp và để chúng nghỉ ở nhiệt độ phòng trong 45 đến 60 phút.

Làm nóng lò ở nhiệt độ 400°. Ngay trước khi nướng, hãy rạch dọc phần đầu của mỗi cuộn bánh xuống giữa. Nướng trong 15 đến 20 phút hoặc cho đến khi có màu nâu nhạt. Lấy ra khỏi lò và đặt các cuộn lên giá lưới để nguội. Làm được 18 cuộn

44. bánh hamburger

430 gam. bột mì đa dụng chưa tẩy trắng, được chia
240g. sữa, hơi ấm
60 g. khởi động tích cực
2 quả trứng, chia
2 T. đường cát
1 muỗng cà phê. men khô hoạt tính
1 muỗng cà phê. muối
3 T. bơ, làm mềm ở nhiệt độ phòng
2 muỗng cà phê. hạt mè (tùy chọn)
Trong máy trộn đứng có móc bột, trộn 300 gam bột mì với sữa, men, 1 quả trứng, đường, men và muối. Đánh ở tốc độ thấp đến trung bình cho đến khi tạo thành khối bột xù xì. Đậy hỗn hợp bằng khăn ẩm hoặc màng bọc thực phẩm và để bột nghỉ trong 30 phút.
Vẫn dùng móc bột nhào bột từ 7 đến 8 phút, cho dần phần bột còn lại xen kẽ với các miếng bơ vào. Bột phải mềm và dính nhưng có thể kéo ra khỏi thành bát.
Dùng thìa hoặc dụng cụ cạo bột, nhào bột vào một tô trộn lớn có phết dầu mỡ. Đậy bát bằng màng bọc thực phẩm và để yên ở nhiệt độ phòng trong 2 đến 3 giờ hoặc cho đến khi bột nở gấp đôi.
Đổ bột lên một mặt phẳng đã rắc bột mì và chia thành 8 phần bằng nhau. Nặn bột thành những quả bóng chặt như cách bạn tạo hình một ổ bánh mì tròn. Đặt những chiếc bánh đã tạo hình cách nhau một inch hoặc hơn trên khay nướng đã lót một tấm lót nướng silicon hoặc giấy da. Đậy bánh bằng một chiếc khăn bếp ẩm và để chúng nở ở nhiệt độ phòng trong 1 tiếng rưỡi đến 2 giờ hoặc cho đến khi chúng nở gấp đôi và các mặt chạm vào nhau.
Làm nóng lò ở nhiệt độ 375°.
Đánh quả trứng thứ hai với 2 thìa nước rồi phết nước rửa trứng lên mặt bánh. Rắc hạt vừng lên bánh nếu sử dụng. Nướng bánh trong vòng 20 đến 22 phút hoặc cho đến khi có màu vàng nâu. Lấy bánh ra khỏi lò và đặt chúng lên giá lưới để nguội khoảng 20 phút trước khi cắt lát. Làm được 8 cái bánh

45. Bánh hotdog

1 cốc sữa, hâm nóng đến 100°
3 T. đường cát
½ cốc bột khởi động đang hoạt động hoặc ½ cốc bỏ đi cộng với 1 thìa cà phê. men ăn liền
400 g. bột mì hoặc bột mì đa dụng chưa tẩy trắng
2 T. bơ, nhiệt độ phòng, cộng thêm 2 T. bơ tan chảy để phết mặt bánh
1 muỗng cà phê. muối
Trong tô của máy trộn đứng có móc bột, khuấy đều sữa và đường cho đến khi đường tan. Thêm men (và men, nếu sử dụng) và khuấy đều. Thêm bột và trộn ở tốc độ thấp cho đến khi bột thành dạng. Thêm bơ ở nhiệt độ phòng thành từng miếng nhỏ và sau đó là muối; nhào bột ở tốc độ trung bình trong khoảng 5 phút hoặc cho đến khi bột mịn.
Chuyển bột vào một tô trộn lớn đã bôi mỡ và bọc tô bằng màng bọc thực phẩm. Để bột nở cho đến khi khối lượng tăng gấp đôi ở nhiệt độ phòng—khoảng 3 giờ nếu bạn sử dụng men hoặc 8 đến 10 giờ nếu bạn chỉ sử dụng men.
Đổ bột lên một mặt phẳng đã rắc bột mì và chia thành 8 phần bằng nhau. Che lại bằng màng bọc thực phẩm và để yên trong 20 đến 30 phút.
Định hình từng mảnh thành một khúc gỗ nhẵn dài khoảng 6 inch. Đặt những chiếc bánh lên khay nướng đã lót một tấm lót nướng silicon hoặc giấy da cách nhau ít nhất một inch. Đậy bánh bằng màng bọc thực phẩm hoặc khăn bếp ẩm và để bánh nở trong 1 đến 2 giờ hoặc cho đến khi bánh nở gấp đôi.
Làm nóng lò ở nhiệt độ 350°. Nướng bánh xúc xích trong 28 đến 30 phút hoặc cho đến khi có màu vàng nâu. Lấy ra khỏi lò và phết ngay bơ tan chảy lên bánh. Để bánh nguội hoàn toàn trước khi cắt.
Làm được 8 cái bánh

46. Bánh quy qua đêm

người mới bắt đầu
240g. Nước
240g. bột mì
1 đến 2 T. khởi động
bánh quy
140g. (1 cốc) bột mì đa dụng chưa tẩy trắng
1 T. đường cát
1 muỗng cà phê. baking soda
½ muỗng cà phê. muối
120g. (½ cốc) bơ lạnh, cắt thành khối nhỏ
Món khai vị bạn đã làm trước đó
Đêm trươc:
Trong một tô trộn vừa, khuấy đều tất cả nguyên liệu ban đầu. Đậy nắp và để hỗn hợp trên quầy qua đêm đối với bánh quy buổi sáng hoặc cho đến khi nở gấp đôi và sủi bọt nếu nướng trong cùng ngày (4 đến 6 giờ).
Sáng hôm sau:
Trong một tô trộn lớn, trộn đều bột mì, đường, baking soda và muối. Dùng nĩa hoặc máy xay bánh ngọt, cắt bơ cho đến khi hỗn hợp giống như vụn thô. Thêm bộ khởi động và khuấy bằng nĩa. Thêm một ít bột mì hoặc sữa nếu cần để bột mềm, ẩm và hầu như không bị bong ra khỏi thành bát. Đổ bột lên bề mặt đã rắc bột mì và nhào trong vài phút, thêm bột mì nếu cần để giữ độ dính ở mức tối thiểu.
Dùng cây cán bột, cán bột dày khoảng ½ inch. Cắt nó thành những chiếc bánh quy dài 2 inch bằng máy cắt bánh quy đã tẩm bột hoặc một con dao sắc. Đặt bánh quy lên khay nướng, dàn đều để các mặt giòn hơn hoặc chạm vào các mặt để bánh quy mềm hơn. Đậy bánh quy và để chúng nở trong khoảng 2 giờ.
Làm nóng lò nướng của bạn ở nhiệt độ 375°. Nướng bánh quy trong 20 đến 25 phút hoặc cho đến khi có màu vàng nhạt.
Làm khoảng 8 cái bánh quy

47. Vỏ pizza

240g. món khai vị
240g. Nước
3 T. dầu ô liu
360g. bột mì (đa dụng cũng được, nhưng bột mì làm vỏ bánh dai hơn)
2 muỗng cà phê. muối
Bắt đầu 1 hoặc 2 ngày trước khi bạn định ăn pizza.
Trong một tô trộn vừa, khuấy đều men, nước và dầu ô liu. Thêm bột mì và muối vào rồi khuấy đều; bột sẽ mềm và có cảm giác dính. Đậy bát bằng màng bọc thực phẩm và để bột nghỉ trong 30 phút.
Kéo căng và gấp bột trong khoảng thời gian nửa giờ tổng cộng 4 lần, đậy kín bát sau mỗi lần. Đậy bột lại và để bột nghỉ ở nhiệt độ phòng trong 4 tiếng.
Đổ bột ra mặt phẳng đã rắc bột mì và chia thành 3 phần bằng nhau. Nặn bột thành những quả bóng rồi đặt chúng vào trong 3 hộp đựng đã bôi dầu tốt có kích thước khoảng một pint. Đậy nắp hộp (trong trường hợp này có thể đậy nắp hoặc dùng màng bọc thực phẩm giữ bằng dây cao su) và cho bột vào tủ lạnh qua đêm. Bạn có thể để bột trong tủ lạnh khoảng 5 ngày trước khi sử dụng, hoặc đông lạnh bột, bọc chặt trong nhiều lớp màng bọc thực phẩm trong tối đa một tháng.
Khi đã sẵn sàng nướng, hãy lấy bột ra khỏi tủ lạnh và đặt nó lên bề mặt đã rắc bột mì. Đậy bột bằng khăn và để bột nghỉ trong 30 phút.
Dùng tay ấn nhẹ và căng bột thành một hình tròn mỏng có đường kính khoảng 10 inch. Nếu bột bị nhão trở lại quá mức, hãy đậy nắp lại và để bột nghỉ thêm 15 phút rồi thử lại. Thêm lớp phủ mong muốn của bạn trên lớp vỏ.
Làm nóng lò ở nhiệt độ 450 đến 500°. Nướng bánh pizza trong 8 đến 10 phút hoặc cho đến khi chín.
Làm 3 vỏ bánh pizza

48. bánh quy xoắn

1½ cốc khởi đầu (bỏ đi vẫn có thể sử dụng được)
1 cốc sữa, hơi ấm
2 T. bơ, mềm
1 T. đường cát
4 chén bột mì đa dụng chưa tẩy trắng
1 T. baking soda
1 quả trứng đánh với 1 T. nước để đánh răng
2 muỗng cà phê. muối thô để rắc
Trong tô của máy trộn đứng có gắn bột, trộn bột ban đầu, sữa, bơ và đường ở tốc độ thấp nhất. Thêm bột mì vào và trộn ở tốc độ thấp trong 5 phút.
Bôi mỡ vào tô trộn lớn và cạo bột từ máy trộn đứng vào tô trộn. Che lại bằng màng bọc thực phẩm và để ở nhiệt độ phòng trong 2 giờ.

Đổ khối bột ra mặt phẳng đã rắc bột mì và nhào nhẹ trong khoảng 3 phút. Cắt hoặc xé bột thành 12 phần bằng nhau. Cán từng miếng bột thành sợi dây dài dày khoảng 1 inch. Tạo từng miếng bánh thành hình bánh quy cây rồi đặt bánh quy lên khay nướng đã lót sẵn tấm lót nướng silicon hoặc giấy da; đóng băng trong 25 phút.
Làm nóng lò ở nhiệt độ 450°.
Trong khi bánh quy đang ở trong tủ đông, hãy đổ đầy nước vào một nồi lớn và khuấy baking soda để hòa tan. Đun nóng nước cho sôi mạnh. Lấy bánh quy ra khỏi tủ đông và cho vào nước sôi, cẩn thận không để bánh đông lại và đun sôi trong 30 giây. Lấy bánh quy bằng thìa có rãnh và đặt chúng trở lại khay nướng đã chuẩn bị sẵn. Quét bánh quy bằng nước rửa trứng và rắc muối thô lên chúng.
Nướng trong 15 đến 18 phút hoặc cho đến khi có màu nâu vàng nhạt. Đặt bánh quy lên giá lưới để nguội.
Làm 12 bánh quy xoắn

49. Bánh quy nhanh

1 chén bột mì đa dụng hoặc bột mì chưa tẩy trắng
2 muỗng cà phê. bột nở
½ muỗng cà phê. muối
½ muỗng cà phê. baking soda
6 T. Bơ rất lạnh, cắt thành khối nhỏ
1 cốc khai vị (bỏ đi cũng được)
Làm nóng lò ở nhiệt độ 425°.
Trong một tô trộn vừa, trộn đều bột mì, bột nở, muối và baking soda. Cắt bơ vào hỗn hợp bột bằng nĩa hoặc dao cắt bánh ngọt cho đến khi hỗn hợp trông giống như những mẩu vụn thô. Thêm bột khởi đầu và trộn bằng thìa cho đến khi bột gần như hòa quyện. Dùng tay nhào bột trong tô khoảng một phút cho đến khi bột quyện lại với nhau.
Đổ bột lên bề mặt đã phủ bột mì rồi cán hoặc vỗ nhẹ cho dày ¾ inch. Cắt bánh quy bằng máy cắt bánh quy có bột hoặc dao sắc. Tập hợp các mảnh vụn lại với nhau, cuộn lại và cắt thêm bánh quy để có được càng nhiều càng tốt. (Cuối cùng tôi thường nhận được một chiếc bánh quy nhỏ hơn, hình dạng méo mó, nhưng nó có vị ngon không kém gì những chiếc bánh quy xinh xắn!)
Đặt bánh quy lên khay nướng không phết dầu mỡ, dàn đều để các mặt giòn hơn hoặc chạm vào các mặt để bánh quy mềm hơn.
Nướng trong 12 đến 15 phút hoặc cho đến khi hoàn thành. (Nếu bánh quy chạm vào nhau, có thể mất thêm vài phút để bánh chín hoàn toàn.)
Làm khoảng 8 cái bánh quy

50. Bánh quy bơ sữa nhanh

2 chén bột mì đa dụng chưa tẩy trắng
2 muỗng cà phê. đường cát
2 muỗng cà phê. bột nở
1 muỗng cà phê. muối
¾ muỗng cà phê. baking soda
½ cốc (1 que) bơ thật lạnh
1 cốc khởi động tích cực
½ cốc bơ sữa
Làm nóng lò ở nhiệt độ 425°. Lót khay nướng bằng tấm lót nướng silicon hoặc giấy da và đặt nó sang một bên.
Trong một tô trộn lớn, trộn đều bột mì, đường, bột nở, muối và baking soda. Cắt bơ thành những miếng rất nhỏ hoặc cắt nhỏ bằng cách sử dụng các lỗ lớn của dụng cụ bào. Thêm vào hỗn hợp bột và khuấy đều để trộn đều các miếng bơ.
Trong một tô trộn vừa, khuấy đều men và sữa bơ. Thêm hỗn hợp ban đầu vào hỗn hợp bột và khuấy (dùng thìa cao su hoạt động tốt vì bạn có thể làm sạch các thành bát khi làm việc) cho đến khi bột mềm bắt đầu hình thành. Đổ bột lên một bề mặt có phủ chút bột mì và nhào nhiều lần cho đến khi bột quyện lại với nhau.
Cán mỏng hoặc vỗ bột dày khoảng 1,5 inch. Cắt nó thành 8 đến 10 chiếc bánh quy, sử dụng máy cắt bánh quy 2 inch hoặc một con dao sắc. Đặt bánh quy lên khay nướng không phết dầu mỡ, dàn mỏng để các mặt giòn hơn hoặc chạm vào các mặt để bánh quy mềm hơn.
Nướng trong 12 đến 15 phút hoặc cho đến khi hoàn thành. (Nếu bánh quy chạm vào nhau, có thể mất thêm vài phút để bánh chín hoàn toàn.)
Làm được 8 đến 10 chiếc bánh quy

51. Bánh mì mộc mạc

2 chén bột mì đa dụng chưa tẩy trắng
1 muỗng cà phê. muối
1 muỗng cà phê. bột nở
1 cốc khởi đầu bỏ đi
½ cốc sữa
1 T. dầu ô liu, cộng thêm dầu để nấu ăn và phết bánh mì dẹt
Topping tùy thích (tùy chọn)

Trong một tô trộn lớn, trộn đều bột mì, muối và bột nở. Thêm men, sữa và 1 thìa dầu ô liu vào, dùng thìa lớn khuấy đều cho đến khi bột bắt đầu hình thành. (Tôi sử dụng tay sau khi khuấy một chút bằng thìa.)

Đổ bột lên một bề mặt đã phủ bột mì rồi nhào nhẹ hoặc căng và gấp lại trong vài phút, thêm bột mì nếu cần, cho đến khi bột mịn và không còn dính. Bọc khối bột bằng màng bọc thực phẩm và để ở nhiệt độ phòng trong 30 phút.

Làm nóng chảo gang ở nhiệt độ trung bình cao.

Cắt bột thành 6 phần bằng nhau và cán mỏng từng miếng dày khoảng ¼ inch. Quét nhẹ một lớp dầu ô liu lên một mặt của bánh mì dẹt rồi đặt lên chảo đã đun nóng, phết dầu xuống mặt dưới. Chiên bánh mì dẹt trong khoảng 1 phút rưỡi; phết dầu lên mặt trên của bánh mì dẹt rồi lật mặt kia để chiên mặt thứ hai trong khoảng 1 phút. Chiên tất cả các miếng theo cùng một cách, xếp bánh mì dẹt lên đĩa có phủ một chiếc khăn bếp gấp đôi để giữ ấm.

Những chiếc bánh mì dẹt này có hương vị đơn giản nhưng khi lật chúng để nấu mặt thứ hai, bạn có thể rắc bất kỳ lớp phủ nào mà bạn muốn. Một số lựa chọn tốt bao gồm muối thô, tỏi và/hoặc hành tây băm nhỏ, phô mai cứng thái nhỏ và các loại thảo mộc tươi cắt nhỏ hoặc khô.

Làm 6

52. bánh mì xô thơm

6 lát bánh mì chua, cắt khối
4 T. dầu ô liu
4 T. bơ, tan chảy
4 T. cây xô thơm tươi băm nhỏ
Đặt các khối bánh mì vào một cái bát nhỏ; rưới dầu, bơ tan chảy và cây xô thơm. Ném chúng vào áo khoác.
Nấu các khối bánh mì trên bếp ở lửa vừa cho đến khi có màu vàng nâu, khuấy đều để chín tất cả các mặt (6 đến 8 phút).
Số lượng khác nhau tùy thuộc vào kích thước của lát, nhưng tôi thường lấy khoảng 6 cốc.

53. Bánh mì lúa mạch đen tăng chậm

người mới bắt đầu
1 chén bột mì hoặc bột mì đa dụng chưa tẩy trắng
1 ly nước
½ cốc khởi đầu hoạt động
½ chén bột lúa mạch đen
bánh mì tròn
2 chén bột lúa mạch đen
1 T. xi-rô mạch nha lúa mạch, hoặc bạn có thể thay thế bằng một lượng mật ong, mật đường hoặc đường nâu tương đương
2 muỗng cà phê. hạt giống Caraway
1 muỗng cà phê. muối
1 T. baking soda (để luộc đồ vào ngày thứ hai)
1 T. đường nâu (để luộc ngày thứ 2)
Đêm trươc:
Vào buổi tối, trộn tất cả nguyên liệu ban đầu vào một tô trộn lớn, dùng màng bọc thực phẩm bọc tô lại và đặt trên quầy qua đêm.
Sáng hôm sau:
Trong bát chứa chất khởi đầu đang hoạt động, thêm tất cả nguyên liệu làm bánh mì tròn và trộn đều nhất có thể. Đậy bát lại và để bột nghỉ trong 30 phút (bột sẽ nhão và không dính lắm). Sau thời gian nghỉ, đặt bột lên bề mặt đã rắc bột mì và nhào trong 10 phút — bạn có thể nhào theo cách truyền thống hoặc thực hiện kéo giãn và gấp liên tục trong thời gian quy định. Thêm bột lúa mạch đen nếu cần trong khi nhào. (Đây sẽ là công việc khó khăn!)
Dùng màng bọc thực phẩm bọc bột lỏng, chừa nhiều chỗ cho bột nở ra và để ở nhiệt độ phòng trong 8 đến 12 giờ hoặc cho đến khi bột nở gấp đôi.
Đổ bột lên một bề mặt có phủ chút bột mì và cắt thành 16 phần bằng nhau. Đậy các phần lại và để yên ở nhiệt độ phòng trong 30 phút để bột nở ra một chút. Dùng tay cuộn từng miếng bột thành sợi dây dài 6 inch rồi nặn bột thành hình tròn, ghim hai đầu lại với nhau để tạo thành hình bánh rán. Xếp các bánh mì tròn cách nhau ít nhất một inch trên khay nướng lớn có lót khay nướng silicon hoặc mảnh giấy da đã bôi mỡ. Đậy chúng bằng màng bọc thực phẩm và

để chúng tăng ở nhiệt độ phòng trong 1 giờ. Làm lạnh bánh mì tròn vẫn đậy nắp qua đêm.

Vào buổi sáng, lấy bánh mì tròn ra khỏi tủ lạnh và để chúng ở nhiệt độ phòng trong ít nhất một giờ hoặc cho đến khi chúng ở nhiệt độ phòng.

Làm nóng lò ở nhiệt độ 425°. Chuẩn bị một khay nướng lớn (bạn có thể phải sử dụng 2 khay nướng) bằng cách lót một tấm lót nướng silicon hoặc giấy da.

Đổ nước vào nồi lớn và thêm 1 thìa baking soda và đường nâu vào; trộn cho đến khi hòa tan. Đun nước sôi mạnh.

Thêm bánh mì tròn vào nước sôi, cẩn thận để chúng không bị vón cục. Đun sôi trong 20 giây, lật chúng lại và đun sôi mặt thứ hai trong khoảng 15 giây. Lấy chúng ra bằng một chiếc thìa có rãnh và đặt chúng lên một chiếc khăn bếp sạch. Khi tất cả các bánh mì tròn đã được luộc chín, hãy đặt chúng trở lại khay nướng và nướng trong 20 đến 30 phút hoặc cho đến khi chúng có màu vàng nâu ở trên là xong. Đặt chúng trên giá lưới để nguội.

Làm 12 chiếc bánh mì tròn

54. bánh mì tròn

2½ đến 3 chén bột mì đa dụng chưa tẩy trắng
1 cốc khởi động tích cực
1 chén bột mì nguyên hạt
1 ly nước
3 T. đường nâu, chia
2 muỗng cà phê. muối
1½ muỗng cà phê. men ăn liền
1 quả trứng, đánh cùng với 2 T. nước để phết lên bánh mì tròn
Trong một tô trộn lớn, trộn 2½ cốc bột mì đa dụng với bột khởi đầu, bột mì nguyên hạt, nước, 2 thìa đường nâu, muối và men. Đổ bột lên một bề mặt đã rắc bột mì và nhào trong khoảng 5 phút, thêm lượng bột còn lại nếu cần nhưng sử dụng càng ít càng tốt.
Đặt bột vào một tô lớn có phết dầu mỡ và dùng màng bọc thực phẩm bọc kín tô bột. Để bột nở ở nhiệt độ phòng trong 30 phút.
Đổ bột lên một bề mặt có phủ chút bột mì và cắt thành 12 phần bằng nhau. Dùng tay cuộn từng miếng bột thành sợi dây dài 6 inch rồi nặn bột thành hình tròn, ghim hai đầu lại với nhau để tạo thành hình bánh rán. Xếp bánh mì tròn lên khay nướng silicon hoặc mảnh giấy da đã phết dầu mỡ. Bọc bánh mì tròn bằng màng bọc thực phẩm và để chúng nở ở nhiệt độ phòng trong 1 giờ.
Làm nóng lò ở nhiệt độ 425°. Lót một tấm nướng bánh lớn bằng tấm lót nướng silicon hoặc giấy da. Đặt sang một bên bây giờ.
Đổ nước vào nồi lớn và cho thìa đường nâu còn lại vào khuấy đều; đun sôi nước.
Thả từng chiếc bánh mì tròn vào nước sôi, cẩn thận để chúng không bị vón cục. Đun sôi chúng trong khoảng 20 giây rồi lật lại (dùng thìa có rãnh) để luộc mặt thứ hai thêm 15 đến 20 giây nữa. Lấy bánh mì tròn ra và đặt chúng lên khay nướng đã chuẩn bị sẵn. Quét nước rửa trứng lên mặt bánh mì tròn và nướng trong 25 phút hoặc cho đến khi mặt trên có màu nâu. Đặt trên giá dây để nguội.
Làm 12 chiếc bánh mì tròn

55. Vỏ bánh pizza lúa mì

1½ cốc khởi động hoạt động
¾ chén bột mì nguyên hạt
¾ chén bột mì hoặc bột mì đa dụng chưa tẩy trắng
2 T. dầu thực vật
1 T. em yêu
1 muỗng cà phê. muối
1 muỗng cà phê đầy. lá oregano khô
1 muỗng cà phê đầy. lá húng quế khô
¼ muỗng cà phê. bột tỏi
¼ muỗng cà phê. bột hành tây
¼ cốc nước, nhiều hay ít

Trong một tô trộn lớn, trộn đều bột mì, dầu, mật ong, muối, rau thơm và gia vị. Thêm nước, mỗi lần một lượng nhỏ và trộn đều, thêm lượng nước vừa đủ để không còn mẩu bột khô nào. Nhào khối bột trong một hoặc hai phút, bọc bát bằng màng bọc thực phẩm hoặc khăn bếp ẩm và để ở nhiệt độ phòng trong 2 đến 3 giờ.

Làm nóng lò ở nhiệt độ 450°. Cắt một mảnh giấy da lớn hơn một chút so với chiếc bánh pizza, đá nướng hoặc chảo gang mà bạn định dùng để nướng vỏ bánh và đặt sang một bên. Đặt khay nướng ở giá dưới cùng của lò rồi đặt đá pizza hoặc chảo gang lên giá giữa của lò để làm nóng trước.

Nhẹ nhàng bột giấy da. Nhào nhẹ bột rồi cán mỏng hoặc vỗ bột cho vừa với giấy nến. Dùng nĩa chọc vài lỗ trên mặt bột rồi để bột nghỉ ở nhiệt độ phòng trong 15 phút.

Chuyển lớp vỏ (vẫn còn trên giấy da) lên đá hoặc chảo pizza đã được làm nóng trước và nướng trong 8 phút. Lấy ra khỏi lò và thêm lớp phủ tùy thích. Đặt bánh pizza trở lại lò nướng và nướng thêm 12 đến 15 phút nữa hoặc cho đến khi chín.

Làm 1 vỏ bánh pizza lớn

MÓN ĂN SÁNG

56. táo rán

3 chén táo thái hạt lựu, gọt vỏ hoặc để nguyên vỏ
1 cốc khai vị (bỏ đi cũng được)
½ muỗng cà phê. quế xay
¼ muỗng cà phê. muối
¼ muỗng cà phê. baking soda
Dầu để chiên
Đường quế để rắc (tùy chọn)
Đặt táo thái hạt lựu vào tô trộn lớn. Từ từ thêm bộ khởi động vào, trộn nhẹ nhàng cho đến khi hòa quyện. (Bạn muốn các miếng táo được phủ đều lớp bột khai vị, vì vậy bạn có thể cần thêm một chút bột khai vị để đạt được điều đó — nó giúp giữ các miếng bánh rán lại với nhau khi bạn chiên chúng.)
Trộn đều quế, muối và baking soda rồi nhẹ nhàng khuấy đều hỗn hợp vào táo. Để hỗn hợp nghỉ trong khi đun nóng dầu để chiên.
Cho khoảng 2 inch dầu vào chảo gang dày và đun nóng ở nhiệt độ 360 đến 370°. Thả bột chiên vào dầu nóng, cẩn thận để bột không bị vón cục. Chiên từ 2 đến 3 phút mỗi mặt hoặc cho đến khi có màu vàng nâu. Dùng thìa có rãnh để đặt bánh rán lên khăn giấy cho ráo nước. Rắc thêm đường quế nếu dùng và thưởng thức.
Làm được khoảng 20 chiếc bánh rán nhỏ hoặc 12 chiếc bánh rán lớn

57. Táo rán nhanh chóng

Món khai vị còn sót lại (¼ cốc cho mẻ nhỏ tối đa 1 cốc trở lên cho một gia đình)
2 đến 4 quả táo, bỏ hạt, gọt vỏ và thái hạt lựu
¼ đến ½ muỗng cà phê. Quế
⅛ đến ¼ muỗng cà phê. baking soda
⅛ muỗng cà phê. muối
2 đến 4 T. đường cát (tùy chọn)
Lưu ý: Không cần phải vứt bỏ phần khởi đầu còn sót lại sau khi bạn làm mới mẻ mới. Thay vào đó, hãy thử công thức này. Bạn có thể "nhắm mắt" vào số lượng vì không có gì sai sót với công thức dễ dàng này.
Trộn tất cả các nguyên liệu cho đến khi hòa quyện, thêm đường cho vừa ăn nếu bạn thích bánh ngọt hơn. Đun nóng khoảng ½ inch dầu trong chảo gang (nếu bạn có) hoặc chảo phù hợp khác. Sử dụng dầu có điểm bốc khói cao, chẳng hạn như dầu bơ hoặc bơ sữa trâu (mặc dù tôi thường sử dụng mỡ lợn hoặc dầu thực vật và không gặp vấn đề gì nếu tôi để ý kỹ chảo của mình). Thả một hoặc hai thìa bột cho mỗi món chiên vào dầu nóng và chiên một mặt trong khoảng 3 phút; lật và nấu mặt còn lại trong 2 đến 3 phút hoặc cho đến khi chín. Lau bánh rán trên khăn giấy và ăn đơn giản hoặc với xi-rô cây thích, đường quế hoặc đường bột lên trên. Hoặc làm men bằng đường bột và sữa, thêm sữa với số lượng nhỏ rồi khuấy đều cho đến khi có được độ đặc mà bạn hài lòng.
Số tiền khác nhau tùy thuộc vào số lượng khởi đầu còn sót lại của bạn

58. bánh táo

180 g. sữa
120g. bột mì đa dụng chưa tẩy trắng
225 g. món khai vị
14g. bơ, tan chảy và hơi nguội
14g. bột nở
13g. đường cát (dùng nhiều hơn một chút nếu táo của bạn có vị chua)
6g. muối
5g. quế xay
1 quả táo, gọt vỏ, bỏ lõi, cắt làm 8 và cắt lát mỏng theo chiều ngang
Trong một tô trộn vừa, trộn sữa và bột mì; để yên ở nhiệt độ phòng trong 20 phút.
Thêm các thành phần còn lại và khuấy đều. Gấp các lát táo vào.
Đổ ¼ cốc bột làm bánh pancake vào chảo hoặc chảo đã đun nóng và bôi mỡ rồi nấu trong khoảng 3 phút; lật bánh và nấu mặt thứ hai cho đến khi chín (khoảng 2 phút).
Số lượng bánh thay đổi tùy theo kích cỡ của từng chiếc bánh

59. Bữa sáng thịt xông khói soong

4 đến 5 chén bánh mì chua, cắt thành khối 1 inch
8 quả trứng
1¼ cốc sữa
1 chén phô mai cheddar cắt nhỏ
½ muỗng cà phê. muối
½ muỗng cà phê. hạt tiêu
2 T. hành lá xắt nhỏ (tùy chọn)
12 lát thịt xông khói, nấu chín và cắt nhỏ
Đêm trươc:
Bơ hoặc bôi mỡ vào đĩa nướng 9 × 13 inch. Xếp đều các khối bánh mì dọc theo đáy.
Trong một tô trộn lớn, đánh trứng; thêm sữa, phô mai, muối, hạt tiêu và hành lá (nếu dùng) và trộn. Thêm thịt xông khói và trộn lại cho đến khi kết hợp tốt. Đổ hỗn hợp trứng lên các viên bánh mì trong đĩa nướng rồi khuấy nhẹ và ấn hỗn hợp để trứng thấm xuống đáy đĩa nướng và tất cả nguyên liệu hòa quyện hoàn toàn. Đậy nắp nồi bằng giấy nhôm và để trong tủ lạnh qua đêm. (Nếu bạn làm món này vào buổi sáng mà bạn định ăn, hãy để nồi ở nhiệt độ phòng trong khoảng 45 phút trước khi nướng.)
Sáng hôm sau:
Làm nóng lò ở nhiệt độ 350°. Nướng thịt hầm trong 30 phút rồi lấy giấy nhôm ra và tiếp tục nướng thêm 25 đến 35 phút nữa hoặc cho đến khi dùng dao đâm vào giữa thấy sạch. Làm nguội trong 5 phút trước khi phục vụ.
Phục vụ 8

60. Bánh kếp việt quất

1½ cốc khởi đầu (bỏ đi cũng được)
1 cốc sữa (nhiệt độ phòng nếu bạn có thời gian)
2 quả trứng (ở nhiệt độ phòng nếu bạn có thời gian)
¼ cốc bơ, đun chảy và để nguội một chút
1 muỗng cà phê. tinh dầu vanilla
1½ chén bột mì đa dụng chưa tẩy trắng
1 muỗng cà phê. baking soda
1 muỗng cà phê. bột nở
½ muỗng cà phê. muối
1 điểm. quả việt quất (bạn có thể sử dụng quả tươi, đóng hộp và để ráo nước hoặc đông lạnh đã được rã đông và để ráo nước)
Trong một tô trộn lớn, trộn đều bột khai vị, sữa, trứng, bơ và chiết xuất vani. Trộn từng nguyên liệu khô vào cho đến khi hòa quyện. Nhẹ nhàng gấp quả việt quất vào.
Đổ ¼ cốc bột làm bánh pancake vào chảo hoặc chảo đã đun nóng và bôi mỡ rồi nấu trong khoảng 3 phút; lật bánh và nấu mặt thứ hai cho đến khi chín (khoảng 2 phút).
Số lượng bánh thay đổi tùy theo kích cỡ của từng chiếc bánh, nhưng công thức này sẽ đủ cho một gia đình

61. Blueberry Bánh quế

2 cốc khởi động hoạt động
1 cốc quả việt quất tươi
2 quả trứng, tách lòng đỏ
2 T. bơ, đun chảy và để nguội một chút
2 muỗng cà phê. đường cát
1 muỗng cà phê. muối
½ đến 1 chén bột mì đa dụng chưa tẩy trắng
½ muỗng cà phê. baking soda hòa tan trong 1 T. nước

Trong tô vừa, trộn men, quả việt quất, lòng đỏ trứng, bơ, đường và muối cho đến khi hòa quyện. Thêm từng chút bột mì cho đến khi đạt được độ đặc sệt nhưng có thể rót được và bột không bị vón cục. Đánh lòng trắng trứng cho đến khi tạo thành chóp mềm rồi nhẹ nhàng trộn vào bột.

Ngay trước khi nấu, khuấy nhẹ baking soda đã hòa tan.

Nấu bánh quế theo hướng dẫn của bàn ủi bánh quế. Phủ bơ và xi-rô hoặc đường bột lên trên bánh quế.

Làm 4 đến 6 chiếc bánh quế

62. Bữa nửa buổi soong

Bơ để phết
6 lát bánh mì bột chua, nhiều hay ít (bạn sẽ cần 4 đến 5 cốc)
1 lb xúc xích heo, nấu chín vừa đủ để có màu hồng rồi để ráo nước
2 chén phô mai cheddar, cắt nhỏ
½ quả ớt chuông đỏ, cắt thành miếng nhỏ
¼ chén hành lá xắt nhỏ
3 quả trứng, đánh đập
1 lon súp măng tây kem đặc
2 cốc sữa
¼ chén nước luộc gà hoặc rượu trắng
½ muỗng cà phê. mù tạt Dijon
¼ muỗng cà phê. tiêu đen xay
Đêm trươc:
Bơ bánh mì và cắt thành khối; đặt vào đĩa nướng 9 × 13 inch đã phết mỡ hoặc bơ. Rắc bánh mì với xúc xích, phô mai, ớt chuông và hành lá.
Trong một bát trộn vừa, khuấy đều trứng, súp, sữa, nước dùng hoặc rượu, mù tạt và hạt tiêu. Đổ hỗn hợp bánh mì lên trên. Đậy đĩa nướng bằng màng bọc thực phẩm và để lạnh qua đêm.
Ngày hôm sau:
Lấy soong ra khỏi tủ lạnh 30 phút trước khi nướng. Làm nóng lò ở nhiệt độ 350°. Mở nắp và nướng món thịt hầm trong 45 đến 55 phút hoặc cho đến khi dùng dao nhét vào giữa thấy sạch.
Để yên 5 phút trước khi cắt.
Phục vụ 8

63. Bánh pancake kiều mạch

1 chén bột mì đa dụng chưa tẩy trắng
1 chén bột kiều mạch
2 T. đường cát
2 muỗng cà phê. bột nở
1 muỗng cà phê. baking soda
½ muỗng cà phê. muối
1½ cốc sữa
1 cốc món khai vị mới được cho ăn gần đây
1 quả trứng, đánh bông
2 T. dầu

Trong một tô trộn lớn, trộn đều bột mì, đường, bột nở, baking soda và muối. Thêm sữa, men, trứng và dầu vào rồi trộn nhẹ nhàng để kết hợp. Nếu bột có vẻ quá đặc, bạn có thể thêm một lượng nhỏ sữa hoặc nước để làm loãng bột.

Đổ không quá ¼ cốc bột cho mỗi chiếc bánh vào chảo hoặc chảo đã đun nóng và bôi mỡ rồi nấu trong khoảng 3 phút; lật bánh và nấu mặt thứ hai cho đến khi chín (khoảng 2 phút).

Ăn kèm với bơ, xi-rô hoặc mứt.

Số lượng bánh thay đổi tùy theo kích cỡ của từng chiếc bánh, nhưng công thức này sẽ đủ cho một gia đình

64. Bánh pancake bơ sữa

2 chén bột mì đa dụng
2 T. đường cát
1½ muỗng cà phê. bột nở
½ muỗng cà phê. baking soda
½ muỗng cà phê. muối
1⅓ cốc bơ sữa
1 cốc món khai vị mới được cho ăn gần đây
1 quả trứng, đánh bông
2 T. dầu thực vật

Trong một tô trộn, trộn đều bột mì, đường, bột nở, baking soda và muối. Thêm các thành phần còn lại và trộn nhẹ nhàng với nhau.

Đổ ¼ cốc bột làm bánh pancake vào chảo hoặc chảo đã đun nóng và bôi mỡ rồi nấu trong khoảng 3 phút; lật bánh và nấu mặt thứ hai cho đến khi chín (khoảng 2 phút).

Số lượng bánh thay đổi tùy theo kích cỡ của từng chiếc bánh, nhưng công thức này sẽ đủ cho một gia đình

65. chả quế

Bột
160 g. sữa
115 g. bơ, tan chảy
1 quả trứng
100g. khởi động tích cực
24g. đường cát
360g. bột mì đa dụng chưa tẩy trắng
5g. muối
nhân quế
2 T. bơ
½ chén đường cát
1 T. bột mì
3 muỗng cà phê. quế xay
Kem phủ lên bánh
2 T. bơ, làm mềm ở nhiệt độ phòng
½ cốc phô mai kem tươi, nhiệt độ phòng
½ chén đường bột
1 đến 2 T. sữa nếu cần
Đêm trươc:
Trong một tô trộn nhỏ, đánh đều sữa và bơ; để hỗn hợp nguội cho đến khi hơi ấm. Sử dụng máy trộn đứng và máy đánh trứng thông thường, trộn trứng, món khai vị và đường cát; trộn đều để hòa quyện. Khi máy trộn đang chạy, từ từ thêm hỗn hợp sữa vào, trộn toàn bộ thời gian. Thêm từng chút bột mì và muối vào, tiếp tục trộn trong khoảng 2 phút, cạo các thành bột khi trộn. Đậy bát bằng khăn bếp ẩm và để bột nghỉ trong 30 phút.
Gắn móc bột vào máy trộn và nhào bột ở tốc độ trung bình thấp trong 6 đến 8 phút. Nếu bột rất dính và không bị bong ra khỏi các mặt, hãy thêm một chút bột mì.
Bơ hoặc bôi mỡ vào tô trộn vừa và chuyển bột vào tô. Đậy bát bằng màng bọc thực phẩm và để bột nghỉ ở nhiệt độ phòng trong 30 phút.
Thực hiện 2 buổi kéo dãn và gấp lại cách nhau 30 phút, đậy kín bát giữa mỗi buổi. Đậy bát bằng màng bọc thực phẩm và để bột nở qua đêm ở nhiệt độ phòng.
Sáng hôm sau:

Lót giấy da vào chảo bánh 9 inch và xịt nhẹ giấy. Đặt sang một bên bây giờ.

Bôi mỡ và sau đó phủ bột lên bề mặt làm việc của bạn; làm cho khu vực đã chuẩn bị đủ rộng để cán bột thành hình chữ nhật 12 × 16 inch. Nhẹ nhàng đổ bột vào giữa bề mặt làm việc đã chuẩn bị sẵn. Để bột nghỉ khoảng 15 phút cho bột nở. Khoảng thời gian nghỉ này sẽ giúp bạn có thể cán bột ra. Để cán bột thành hình chữ nhật 12 × 16 inch, trước tiên hãy rắc bột lên bề mặt bột cũng như cán bột. Nếu bột khó cán và nảy trở lại, hãy để bột nghỉ thêm khoảng 5 phút rồi mới cán bột lại.

Sau khi cán bột xong, hãy làm nhân quế bằng cách đun chảy bơ và để nguội một chút. Trong khi chờ bơ tan chảy nguội, trộn các nguyên liệu làm nhân quế còn lại trong một tô nhỏ khác.

Quét bơ tan chảy lên bề mặt bột; Rắc hỗn hợp đường quế lên bề mặt bột, chừa lại ½ inch xung quanh các cạnh không có đường quế. Cán bột thành một khúc gỗ chặt (bạn có thể cần rắc bột mì hoặc dầu vào tay nếu bột rất dính) từ mặt 16 inch này sang mặt 16 inch còn lại. Khi cuộn khúc gỗ xong, hãy đảm bảo mặt đường may hướng xuống dưới (trên bề mặt làm việc). Cắt khúc gỗ thành 8 miếng, dày khoảng 2 inch và chuyển chúng vào chảo bánh đã chuẩn bị sẵn. Che lại bằng khăn bếp và để chúng nổi lên cho đến khi hơi phồng lên, khoảng 2 giờ.

Làm nóng lò ở nhiệt độ 350°.

Nướng bánh quế trong 30 đến 40 phút hoặc cho đến khi mặt trên có màu nâu vàng nhạt. Để các cuộn quế nằm trong chảo khoảng 15 phút trước khi lấy chúng ra, vẫn còn nằm trên giấy nến, cho lên giá lưới để tiếp tục nguội. Trong khi bánh quế nguội, trộn các nguyên liệu làm men; sử dụng máy trộn điện để tạo lớp men mịn hơn và thêm sữa từng chút một cho đến khi bạn có được độ sệt mong muốn để phết. Khi bánh quế đã nguội, phết lớp men lên trên.

Làm được 8 cuộn

66. Em bé Hà Lan

người mới bắt đầu
160 g. Nước
160 g. bột mì
1 đến 2 T. khởi động
Em bé Hà Lan
6 T. bơ
320g. món khai vị (làm vào đêm hôm trước)
6 quả trứng, đánh đập
⅓ cốc sữa
½ muỗng cà phê. muối
Đêm trươc:
Trong một tô trộn lớn, trộn tất cả nguyên liệu làm món khai vị. Đậy nắp và đặt bát lên quầy để qua đêm.
Sáng hôm sau:
Làm nóng lò ở nhiệt độ 425°. Đặt bơ vào chảo gang lớn hoặc lò nướng kiểu Hà Lan. Đặt chảo vào lò nướng cho bơ tan chảy, quan sát sao cho bơ tan chảy nhưng không bị cháy khét.
Trong khi bơ đang tan chảy và lò đang làm nóng trước, trong tô lớn chứa món khai vị, thêm trứng, sữa và muối vào. Trộn cho đến khi bột rất mịn.
Sử dụng găng tay lò nướng, lấy chảo ra khỏi lò và nghiêng chảo để tráng bên trong. Đổ bột vào chảo và cho lại vào lò nướng. Nướng trong vòng 15 đến 20 phút hoặc cho đến khi Dutch baby có màu nâu vàng ở trên và phồng lên các thành chảo.
Cắt em bé Hà Lan như cách bạn cắt một chiếc bánh. Phục vụ các lát đơn giản hoặc với một chút bơ, đường bột, xi-rô cây thích hoặc quả mọng tươi.
Phục vụ 4 đến 6

67. Ngũ cốc nóng

2 cốc khai vị
1½ cốc nước
¼ muỗng cà phê. muối

Trong một cái chảo vừa, trộn men, nước và muối. Đun sôi, thỉnh thoảng khuấy đều để đáy không bị cháy. Hạ nhiệt độ xuống lửa nhỏ và tiếp tục nấu thêm vài phút nữa hoặc cho đến khi hơi đặc lại. Ăn kèm với một ít sữa, một chút bơ và đường cho vừa ăn.

Làm khoảng 4 phần ăn

68. Bánh quế nhẹ và thoáng mát

2 cốc khởi động hoạt động
2 quả trứng, tách lòng đỏ
¼ cốc sữa
2 T. bơ, đun chảy và để nguội một chút
1 T. đường cát
1 muỗng cà phê. muối
½ đến 1 chén bột mì đa dụng chưa tẩy trắng
Trong một tô trộn vừa, khuấy đều bột khởi đầu, lòng đỏ trứng, sữa, bơ, đường và muối. Thêm đủ lượng bột mì, mỗi lần một ít, để có được một khối bột có thể rót được nhưng đặc và trộn đều để bột không còn vón cục. Đậy bát và để yên ở nhiệt độ phòng trong 1 tiếng rưỡi.
Đánh lòng trắng trứng cho đến khi tạo thành chóp mềm rồi nhẹ nhàng trộn vào bột.
Nấu bánh quế theo hướng dẫn của bàn ủi bánh quế. Phủ bơ, xi-rô, mứt hoặc trái cây và kem ngọt lên trên bánh quế.
Làm khoảng 6 cái bánh quế

69. Bánh rán bột yến mạch

1 cốc khai vị (bỏ đi cũng được)
1 chén yến mạch cán (bột yến mạch chưa nấu chín kiểu cũ)
1 cốc sữa
1 quả trứng, đánh bông
2 T. bơ, đun chảy, cộng thêm bơ hoặc dầu để nấu ăn
2 T. đường cát
1 muỗng cà phê. bột nở
1 muỗng cà phê. baking soda
½ muỗng cà phê. muối
Trong một tô trộn lớn, trộn món khai vị, yến mạch cán và sữa; đậy lại và để yên trên quầy trong 30 phút.
Nhẹ nhàng đánh trứng, bơ tan chảy, đường, bột nở, baking soda và muối.
Đổ ¼ cốc bột bánh vào chảo hoặc chảo đã đun nóng và bôi mỡ (gang hoạt động tốt) và nấu trong khoảng 3 phút; lật bánh và nấu mặt thứ hai cho đến khi chín (khoảng 2 phút). Ăn đơn giản hoặc với bơ, xi-rô cây phong hoặc mứt.
Số lượng bánh thay đổi tùy theo kích cỡ của từng chiếc bánh

70. Bánh xèo qua đêm

người mới bắt đầu
1½ chén bột mì đa dụng chưa tẩy trắng
1 cốc sữa
½ cốc khởi đầu (bỏ đi vẫn có thể sử dụng được)
Bột nhồi
2 quả trứng
2 T. bơ, đun chảy rồi để nguội một chút
2 T. đường cát
1 muỗng cà phê. bột nở
½ muỗng cà phê. muối
Đêm trươc:
Trong một tô lớn, trộn bột mì, sữa và men; đậy lại và để trên quầy qua đêm.
Sáng hôm sau:
Trong một bát riêng, trộn trứng, bơ, đường, bột nở và muối. Đổ hỗn hợp này vào hỗn hợp ban đầu và khuấy nhẹ để kết hợp. Đậy bát lại và để yên trong khoảng 15 phút.
Đổ ¼ cốc bột làm bánh pancake vào chảo hoặc chảo đã đun nóng và bôi mỡ rồi nấu trong khoảng 3 phút; lật bánh và nấu mặt thứ hai cho đến khi chín (khoảng 2 phút).
Số lượng bánh thay đổi tùy theo kích cỡ của từng chiếc bánh

71. bánh xèo ngô

2 quả trứng, tách lòng đỏ
300g. Sữa bơ
150 g. khởi động tích cực
80 g. bí ngô xay nhuyễn (đồng bằng)
180 g. bột mì đa dụng chưa tẩy trắng
2 T. đường cát
1 muỗng cà phê. muối
1 muỗng cà phê. baking soda
1 muỗng cà phê. bột nở
½ đến ¾ muỗng cà phê. quế xay
⅛ muỗng cà phê. hạt nhục đậu khấu (tùy chọn)
¼ cốc bơ (½ que), đun chảy
Tách trứng: Cho lòng trắng vào tô trộn cỡ vừa và đặt sang một bên; đặt lòng đỏ vào một tô trộn cỡ vừa khác. Đánh lòng đỏ cho vỡ; thêm bơ sữa, món khai vị và bí ngô xay nhuyễn rồi đánh lại để kết hợp các nguyên liệu.
Trong một tô trộn lớn, trộn đều bột mì, đường, muối, baking soda, bột nở, quế và hạt nhục đậu khấu (nếu dùng). Thêm hỗn hợp ban đầu và khuấy. Tiếp theo, thêm bơ tan chảy vào và khuấy lại nhưng vừa đủ để không còn chút bột khô nào.
Đánh bông hoặc dùng máy trộn cầm tay để đánh lòng trắng trứng cho đến khi tạo thành chóp cứng rồi cho vào bột.
Đổ ¼ cốc bột làm bánh pancake vào chảo hoặc chảo đã đun nóng và bôi mỡ rồi nấu trong khoảng 3 phút; lật bánh và nấu mặt thứ hai cho đến khi chín (khoảng 2 phút).
Số lượng bánh thay đổi tùy theo kích cỡ của từng chiếc bánh

72. Bánh xèo nhanh

2 chén bột mì đa dụng chưa tẩy trắng
2 T. đường cát
2 muỗng cà phê. bột nở
1 muỗng cà phê. baking soda
½ muỗng cà phê. muối
1½ cốc sữa
1 cốc món khai vị mới được cho ăn gần đây
1 quả trứng, đánh bông
2 T. dầu

Trộn đều bột mì, đường, bột nở, baking soda và muối. Thêm sữa, men, trứng và dầu vào rồi trộn nhẹ nhàng.

Đổ ¼ cốc bột làm bánh pancake vào chảo hoặc chảo đã đun nóng và bôi mỡ rồi nấu trong khoảng 3 phút; lật bánh và nấu mặt thứ hai cho đến khi chín (khoảng 2 phút).

Ăn kèm với bơ, xi-rô hoặc mứt.

Làm được 12 đến 16 chiếc bánh

73. bánh quế nhanh

1 cốc khởi đầu hoặc bỏ đi
⅔ cốc sữa
2 T. dầu
1 T. đường cát
2 quả trứng
1 chén bột mì đa dụng chưa tẩy trắng
1 muỗng cà phê. baking soda
Làm nóng trước bàn ủi bánh quế của bạn.
Trong một tô trộn vừa, thêm món khai vị, sữa, dầu, đường và trứng; trộn đều.
Trộn đều bột mì và baking soda rồi khuấy đều vào hỗn hợp ban đầu. Nếu cần, hãy thêm một chút sữa hoặc bột mì để có được độ đặc phù hợp của bột.
Làm theo hướng dẫn đi kèm với bàn làm bánh quế, đổ bột vào bàn làm bánh quế và nấu. Ăn ngay, phủ bơ, xi-rô, mứt, v.v.
Số lượng thay đổi tùy thuộc vào kích cỡ bàn ủi bánh quế bạn sử dụng, nhưng tôi nhận được 5 chiếc bánh quế mỗi mẻ

74. Bánh kếp lúa mạch đen

480 g. khởi động tích cực
1 quả trứng, đánh bông
120g. sữa
30g. bơ, tan chảy và nguội một chút
25g. đường cát
6g. muối
115 g. bột lúa mạch đen
Bột mì đa dụng chưa tẩy trắng khi cần thiết
½ muỗng cà phê. baking soda hòa tan trong 1 T. nước

Trong một tô trộn vừa, khuấy đều bột khởi đầu, trứng, sữa, bơ, đường và muối cho đến khi hòa quyện. Thêm bột lúa mạch đen và khuấy lại; thêm đủ bột mì đa dụng để đạt được độ đặc của bột bánh pancake như mong muốn. Trộn thật đều để bột không bị vón cục. Ngay trước khi sẵn sàng bắt đầu nấu, đổ baking soda đã hòa tan vào và trộn kỹ lại.

Đổ ¼ cốc bột làm bánh pancake vào chảo hoặc chảo đã đun nóng và bôi mỡ rồi nấu trong khoảng 3 phút; lật bánh và nấu mặt thứ hai cho đến khi chín (khoảng 2 phút).

Ăn kèm với bơ, xi-rô, mứt hoặc nước sốt táo ngọt.

Làm được 10 đến 12 cái bánh

75. Strata xúc xích và bánh mì chua

4 chén bánh mì chua, cắt khối
1 lb xúc xích ăn sáng hoặc xúc xích Ý, nấu chín và cắt vụn
2 chén phô mai cheddar sắc, cắt nhỏ (nếu bạn mua một khối phô mai và tự cắt nhỏ thì phô mai sẽ mềm hơn)
12 quả trứng
2¼ cốc sữa
2 muỗng cà phê. mù tạt đất khô
1 muỗng cà phê. muối
½ muỗng cà phê. tiêu xay

Tập hợp các lớp vào đêm hôm trước để bạn có thể nướng vào buổi sáng. Công thức này sử dụng bánh mì bột chua và rất tốt để sử dụng hết bánh mì còn sót lại.

Đêm trươc:

Bôi mỡ hoặc bơ vào đĩa nướng 9 × 13 inch. Trộn các khối bánh mì và xúc xích đã nấu chín rồi dàn đều khắp đáy chảo. Tiếp theo, rắc đều phô mai bào sợi lên trên xúc xích và bánh mì.

Trong một tô trộn vừa, đánh trứng, sữa, mù tạt khô, muối và hạt tiêu cho đến khi hòa quyện hoàn toàn. Đổ hỗn hợp trứng lên các khối bánh mì, xúc xích và phô mai. Đậy đĩa nướng bằng giấy nhôm, gấp mép cho vừa khít. Làm lạnh qua đêm.

Ngày hôm sau:

Lấy lớp bánh ra khỏi tủ lạnh, đậy kín và đặt lên quầy để làm ấm một chút (khoảng 30 phút).

Làm nóng lò ở nhiệt độ 350°. Nướng các lớp trong 30 phút, vẫn phủ giấy nhôm; gỡ giấy bạc ra và tiếp tục nướng thêm 25 đến 30 phút nữa hoặc cho đến khi lớp bánh phồng lên và phần giữa cứng lại. Cắt nó thành hình vuông và phục vụ.

Tạo thành 8 đến 12 ô vuông

76. Bánh mì nướng kiểu Pháp có bột chua

Công thức này rất tốt để sử dụng hết bánh mì bột chua còn sót lại sắp ôi thiu.

4 quả trứng

½ cốc sữa

Muối và hạt tiêu cho vừa ăn

8 lát bánh mì chua dày

Bơ để nấu ăn

Trong một đĩa có đáy phẳng như đĩa bánh thủy tinh hoặc đĩa nướng, đánh trứng, sữa, muối và hạt tiêu cho đến khi trộn đều. (Bạn cũng có thể sử dụng máy xay sinh tố để trộn các nguyên liệu.) Thêm các lát bánh mì chua vào và để chúng ngấm hỗn hợp trứng.

Đun chảy một ít bơ trong chảo hoặc vỉ nướng trên lửa vừa; thêm các lát bánh mì đã ngâm nước vào và nấu trong vài phút hoặc cho đến khi mặt dưới có màu nâu vàng; lật bánh mì nướng kiểu Pháp và nấu mặt thứ hai cho đến khi chín và có màu vàng nâu. Hãy cẩn thận theo dõi nhiệt độ để bánh mì nướng kiểu Pháp không bị cháy hoặc quá sẫm màu trước khi nấu chín.

Ăn đơn giản hoặc với bơ, đường bột hoặc xi-rô cây phong.

Làm 8 lát

77. Cóc trong lỗ

Bơ để phết, nhiệt độ phòng
6 lát bánh mì bột chua cắt lát dày có khoét lỗ hoặc xé ở giữa, đường kính khoảng 4 inch (hoặc dùng dao cắt bánh quy)
6 quả trứng
Muối và hạt tiêu cho vừa ăn
Phết bơ lên cả hai mặt của lát bánh mì.
Đặt bánh mì lên chảo đã làm nóng trước. Nấu trên lửa vừa thấp cho đến khi mặt dưới có màu nâu vàng và nướng. Lật mặt bánh mì lại và đập một quả trứng vào lỗ trên mỗi miếng bánh mì. Rắc muối và tiêu nếu muốn (hoặc rắc muối và tiêu tại bàn khi phục vụ). Đậy chảo và nấu cho đến khi lòng trắng trứng đông lại. Nếu muốn, bạn có thể nhanh chóng lật các miếng bánh mì nướng sang mặt thứ nhất để trứng chín cứng hơn một chút.
Máy chủ 6

78. Bánh kếp làm từ lúa mì nguyên hạt

2½ chén bột mì nguyên hạt (bột mì làm bánh ngọt nguyên hạt sẽ làm bánh kếp nhẹ hơn và mềm hơn một chút, nhưng không cần thiết)
2 cốc sữa
1 cốc khai vị
2 T. dầu
2 quả trứng
¼ cốc đường
2 muỗng cà phê. baking soda
1 muỗng cà phê. muối
Trong một tô trộn lớn, trộn bột mì, sữa, men và dầu cho đến khi hòa quyện nhưng không mịn. Để nó ở nhiệt độ phòng trong 30 phút.
Thêm trứng, đường, baking soda và muối vào rồi trộn lại. Nếu còn sót lại một vài cục thì không sao.
Đổ ¼ cốc bột làm bánh pancake vào chảo hoặc chảo đã đun nóng và bôi mỡ rồi nấu trong khoảng 3 phút; lật bánh và nấu mặt thứ hai cho đến khi chín (khoảng 2 phút).
Số lượng bánh thay đổi tùy theo kích cỡ của từng chiếc bánh

BỘT Lúa mạch đen

79. Bánh mì lúa mạch đen

Thành phần

- ¾ cốc (200 ml) nước, nhiệt độ phòng
- 2 cốc (200 g) bột lúa mạch đen nghiền mịn
- ½ cốc (100 g) táo bào, gọt vỏ

Hướng

a) Trộn các thành phần và để yên trong 2–4 ngày trong lọ thủy tinh có nắp đậy kín. Khuấy vào buổi sáng và buổi tối.

b) Bộ khởi động đã sẵn sàng khi hỗn hợp bắt đầu sủi bọt. Từ thời điểm này trở đi, tất cả những gì bạn phải làm là "cho" bột vào để bột vẫn giữ được hương vị và khả năng lên men. Nếu để bột chua trong tủ lạnh, bạn nên cho ăn mỗi tuần một lần với ½ cốc (100 ml) nước và 1 cốc (100 g) bột lúa mạch đen. Nếu bạn bảo quản bột chua ở nhiệt độ phòng thì nên cho ăn hàng ngày theo cách tương tự. Độ đặc sẽ giống như cháo đặc.

c) Nếu còn dư bột chua, bạn có thể đông lạnh nó trong hộp đựng nửa cốc hoặc để khô một phần.

80. levain

Làm 2 ổ bánh mì

Thành phần

1 ngày

- 3½ oz. (100 g) bột chua lúa mì
- 1 cốc (200 ml) nước, nhiệt độ phòng
- 1¼ cốc (150 g) bột mì
- ½ cốc (50 g) bột lúa mạch đen chưa trộn (tức là bột mì không có lúa mì) Trộn đều tất cả nguyên liệu.

Ngày 2

- 2 cốc (450 ml) nước, nhiệt độ phòng
- 6 cốc (750 g) bột mì 4 thìa cà phê (20 g) muối biển

Hướng

a) Đặt bột vào một cái bát và bọc lại bằng màng bọc thực phẩm. Bảo quản nó trong tủ lạnh qua đêm.

b) Thêm nước và bột mì vào bột. Nhào kỹ. Thêm muối. Nhào bột thêm 2 phút nữa.

c) Để bột nở trong 1 giờ rồi nhẹ nhàng tạo hình thành hai ổ bánh.

d) Để ổ bánh mì nổi lên dưới một miếng vải trong 45 phút.

e) Nhiệt độ lò ban đầu: 525°F (280°C)

f) Đặt những ổ bánh mì vào lò nướng. Rắc một cốc nước vào đáy lò. Giảm nhiệt độ xuống 450°F (230°C) và nướng trong 30 phút.

g) Cẩn thận đổ bột lên bề mặt đã rắc bột mì. Chia nó thành hai phần.

h) Nhẹ nhàng gấp bột lại.

i) Cẩn thận nặn bột thành hai ổ bánh thuôn dài.

81. lúa mạch đen Ciabatta

Làm được khoảng 10 ổ bánh

Thành phần

- 7 oz. (200 g) bột chua lúa mì
- ½ cốc (50 g) bột lúa mạch đen mịn
- 4 cốc (500 g) bột mì
- khoảng 1⅔ cốc (400 ml) nước, nhiệt độ phòng
- ½ thìa canh (10 g) muối
- dầu ô liu cho bát

Hướng

a) Trộn tất cả các thành phần ngoại trừ muối và nhào đều. Thêm muối.

b) Đặt bột vào tô trộn đã bôi mỡ. Dùng màng bọc thực phẩm bọc lại và để bột nghỉ trong tủ lạnh qua đêm.

c) Ngày hôm sau, nhẹ nhàng đổ bột lên bàn nướng.

d) Gấp bột lại và để trong tủ lạnh khoảng 5 giờ, mỗi giờ lại gấp bột lại một lần.

e) Đổ bột lên bàn. Cắt nó thành những miếng có kích thước khoảng 2 × 6 inch (10 × 15 cm) và đặt chúng lên khay nướng đã phết mỡ. Để chúng ủ trong tủ lạnh thêm 10 giờ nữa. Chính vì vậy để làm xong chiếc bánh này phải mất khoảng 2 ngày.

f) Nhiệt độ lò ban đầu: 475°F (250°C)

g) Đặt các ổ bánh mì vào lò nướng. Rắc một cốc nước lên sàn lò. Giảm nhiệt độ xuống 400°F (210°C) và nướng trong khoảng 15 phút.

h) Gấp bột lại và để trong tủ lạnh khoảng 5 tiếng. Lặp lại việc gấp một giờ trong khoảng thời gian này.

i) Đặt bột lên bề mặt đã rắc bột mì và kéo căng.

j) Cắt bột thành từng miếng có kích thước khoảng 2 × 6 inch (10 × 15 cm).

82. Bánh mì nông dân Pháp

Làm 1 ổ bánh mì

Thành phần

- 2 cốc (500 ml) nước, nhiệt độ phòng
- 5 cốc (600 g) bột mì
- 2 cốc (200 g) bột mì đã rây
- 4½ oz. (125 g) bột chua lúa mì
- 4½ oz. (125 g) bột chua lúa mạch đen
- 1½ thìa canh (25 g) dầu ô liu muối cho vào bát

Hướng

a) Trộn tất cả nguyên liệu trừ muối cho đến khi bột mịn.

b) Khi bột đã nhào kỹ thì cho muối vào. Tiếp tục nhào thêm vài phút nữa. Cho bột vào tô trộn đã phết dầu rồi đậy lại bằng vải.

c) Để bột nở khoảng 2 tiếng.

d) Đổ bột lên bàn đã rắc bột mì và tạo hình thành một ổ bánh mì dài. Để nó tăng trong khoảng 40 phút.

e) Nhiệt độ lò ban đầu: 525°F (270°C)

f) Đặt bánh mì vào lò nướng và rắc một cốc nước dưới đáy lò. Giảm nhiệt độ xuống 450°F (230°C).

g) Nướng trong khoảng 30 phút.

83. Bánh mì hạt phỉ

Làm 2 ổ bánh mì

Thành phần

- 2 cốc (500 ml) nước, nhiệt độ phòng
- 16 oz. (450 g) bột chua lúa mạch đen
- 3¾ cốc (450 g) bột mì
- 2¼ cốc (225 g) bột mì đã rây
- 2¼ cốc (225 g) bột lúa mạch đen mịn
- 1½ thìa canh (25g) muối
- 2½ cốc (350 g) hạt phỉ nguyên hạt
- dầu ô liu cho bát

Hướng

a) Trộn tất cả nguyên liệu lại với nhau trừ muối và các loại hạt. Nhào bột thật kỹ.

b) Thêm muối và các loại hạt rồi nhào vào bột.

c) Đặt bột vào tô trộn nhựa có phủ một lớp dầu và để bột nở trong khoảng 3 giờ.

d) Tách và nặn bột thành 2 ổ bánh rồi đặt chúng lên khay nướng đã phết dầu mỡ. Hãy tăng thêm một giờ nữa.

e) Nhiệt độ lò ban đầu: 525°F (270°C)

f) Đặt ổ bánh mì vào lò nướng và giảm nhiệt độ xuống 450°F (230°C).

g) Nướng bánh trong 30–40 phút.

84. Bánh mì ngọt Nga

Làm 1 ổ bánh mì

Thành phần

- 26 ½ oz. (750 g) bột chua lúa mạch đen
- 1¼ cốc (300 ml) nước, nhiệt độ phòng
- 3½ thìa cà phê (20 g) muối
- 1 thìa canh (10 g) hạt caraway
- 2½ cốc (300 g) bột mì
- 3 cốc (300 g) bột mì đã rây

Hướng

a) Trộn các thành phần và nhào cho đến khi bột mịn. Để nó nổi lên dưới một miếng vải trong 1 giờ.

b) Nặn bột thành một ổ bánh tròn, lớn. Đặt nó trên một tấm nướng mỡ và phủ một miếng vải.

c) Để bột nở trong 1-2 giờ.

d) Trước khi cho vào lò nướng, rắc bột mì lên. Nướng trong lò ở nhiệt độ 400°F (210°C) trong khoảng 40–50 phút.

85. Bánh mì lúa mạch đen Đan Mạch

Làm được 3 ổ bánh mì

Thành phần

1 ngày

- 2 cốc (500 ml) nước, nhiệt độ phòng
- 3 cốc (300 g) bột lúa mạch đen nguyên hạt
- 1 oz. (25 g) bột chua lúa mạch đen

Ngày 2

- 4 cốc (1 lít) nước, nhiệt độ phòng
- 8 cốc (800 g) bột lúa mạch đen nguyên hạt
- 2 cốc (250 g) bột mì nguyên hạt
- 2 thìa canh (35 g) muối
- 4½ oz. (125 g) hạt hướng dương
- 4½ oz. (125 g) hạt bí ngô
- 2 oz. (75 g) hạt lanh nguyên hạt

Hướng

a) Trộn đều các thành phần và để yên ở nhiệt độ phòng qua đêm.

b) Trộn bột đã làm ngày hôm trước với các nguyên liệu mới. Trộn kỹ trong khoảng 10 phút.

c) Chia bột thành ba khuôn ổ bánh mì 8 × 4 × 3 inch (1½ lít). Chảo chỉ nên đổ đầy 2/3 quãng đường. Để nó nở ở nơi ấm áp trong 3-4 giờ.

d) Nhiệt độ lò ban đầu: 475°F (250°C)

e) Đặt chảo vào lò nướng và giảm nhiệt độ xuống 350°F (180°C). Rắc một cốc nước lên sàn lò. Nướng bánh trong 40–50 phút.

f) Ngày 2: Trộn các nguyên liệu còn lại với món khai vị.

g) Trộn đều bột trong khoảng 10 phút.

h) Đặt bột vào chảo ổ bánh mì 8 × 4 × 3 inch (1 1/2 lít). Đổ đầy chảo không quá hai phần ba đường lên trên. Ủ cho đến khi bột chạm mép chảo.

86. Bánh mì óc chó

Làm 1 ổ bánh mì

Thành phần

- 2 cốc (500 ml) nước, nhiệt độ phòng
- 14 oz. (400 g) bột chua lúa mạch đen
- 4 cốc (400 g) bột lúa mạch đen chưa trộn (tức là không có bột mì)
- 4 cốc (500 g) bột mì
- 14 oz. (400 g) quả óc chó nguyên hạt
- 3½ thìa cà phê (20 g) muối
- dầu ô liu cho bát

Hướng

a) Trộn tất cả các thành phần ngoại trừ quả óc chó và muối. Nhào cho đến khi bột mịn.

b) Sau khi bột đã nhào kỹ, thêm muối và quả óc chó vào. Tiếp tục nhào thêm vài phút nữa.

c) Sau đó, cho bột vào tô trộn đã phết dầu và dùng khăn bọc lại.

d) Để bột nở khoảng 2 tiếng.

e) Đặt bột lên một bề mặt đã rắc bột mì và nặn thành một ổ bánh tròn. Để nó nổi lên trên một tấm nướng mỡ trong khoảng 30 phút.

f) Nhiệt độ lò ban đầu: 475°F (250°C)

g) Đặt bánh mì vào lò nướng và rắc một cốc nước dưới đáy lò. Giảm nhiệt độ xuống 450°F (230°C).

h) Nướng bánh khoảng 30 phút.

i) Sau khi bột đã nhào kỹ, thêm muối và quả óc chó vào. Nhào lại trong vài phút.

j) Sau khi bột đã nở, cắt thành hai phần.

k) Làm phẳng các miếng một chút trên tấm nướng bánh.

87. Bánh mì đánh vần với màu cam

Làm 1 ổ bánh mì

Thành phần

Bước 1

- ½ quả cam cỡ thường

Bước 2

- miếng vỏ cam
- 7 oz. (200 g) bột chua lúa mạch đen
- 1 cốc (200 ml) nước, nhiệt độ phòng
- ½ thìa canh (10 g) muối 1 thìa cà phê (5 g) thì là
- khoảng 6–7 cốc (600–700 g) bột mì đã rây

Hướng

a) Gọt vỏ cam. Đun sôi vỏ trong nước trong vài phút. Lấy ra khỏi nước và để nguội một chút.

b) Dùng thìa cạo bỏ phần trắng bên trong vỏ. Cắt vỏ thành từng miếng nhỏ.

c) Trộn tất cả các thành phần, nhưng thêm từ từ vài cốc bột cuối cùng. Bột mì không hấp thụ chất lỏng giống như bột mì thông thường. Nhào kỹ.

d) Để bột nở trong khoảng 30 phút.

e) Nặn bột thành một ổ bánh tròn và đặt lên khay nướng đã phết dầu mỡ. Ủ bột cho đến khi bột nở gấp đôi; việc này có thể mất đến vài giờ.

f) Nướng ở 400°F (200°C) trong khoảng 25 phút.

g) Quét nước lên bánh mì sau khi lấy ra khỏi lò.

88. Bánh mì hồi

Làm 1 ổ bánh mì

Thành phần

- 3 cốc (300 g) bột lúa mạch đen nghiền mịn
- 2½ cốc (250 g) bột mì đã rây
- 10 ½ oz. (300 g) bột chua lúa mạch đen
- ½ thìa canh (10 g) muối
- 4 thìa cà phê (20 g) đường thô
- 1¼ cốc (300 ml) bia có nồng độ cồn thấp, nhiệt độ phòng
- ½ oz. (15 g) hồi nghiền
- 1¾ oz. (50 g) hạt lanh

Hướng

a) Trộn tất cả các thành phần. Bột sẽ khá dính. Để yên ở nhiệt độ phòng trong khoảng 1 giờ.

b) Dùng tay xoa nhẹ bột và nhào bột nhẹ nhàng. Nặn bột thành một chiếc bánh tròn lớn và đặt lên khay nướng đã phết dầu mỡ.

c) Để bánh mì nở cho đến khi nó nở gấp đôi. Việc này có thể mất vài giờ.

d) Nhiệt độ lò ban đầu: 450°F (230°C)

e) Đặt bánh mì vào lò nướng và rắc một cốc nước dưới đáy. Giảm nhiệt độ xuống 350°F (180°C) và nướng trong 45–55 phút.

89. Bánh mì hướng dương

Làm khoảng 15–20 cuộn

Thành phần

- 1¾ thìa cà phê (5 g) men tươi
- 1¼ cốc (300 ml) nước, nhiệt độ phòng
- 3 cốc (300 g) bột lúa mạch đen nghiền mịn
- 2½ cốc (300 g) bột mì
- 7 oz. (200 g) bột chua lúa mạch đen
- 1 thìa canh (15 g) muối
- 3 thìa canh (50g) mật ong
- ⅔ cốc (150 ml) hạt hướng dương
- 1 thìa canh (10 g) thì là

Hướng

a) Hòa tan men trong một ít nước. Thêm tất cả các thành phần và trộn đều.

b) Ủ bột ở nơi ấm áp cho đến khi bột nở gấp đôi. Việc này sẽ mất 1–2 giờ.

c) Nặn bột thành mười lăm đến hai mươi cuộn nhỏ. Đặt chúng trên một tấm nướng đã phết mỡ và để chúng nở ở nơi ấm áp cho đến khi kích thước tăng gấp đôi.

d) Nướng ở nhiệt độ 350°F (180°C) trong khoảng 10 phút.

e) Nhào bột sau khi bột đã nở và tạo hình thành một cuộn dài.

f) Cắt bột thành mười lăm đến hai mươi miếng.

g) Nặn thành những ổ bánh tròn và đặt lên khay nướng cho đến khi bánh nở gấp đôi.

90. <u>bia Bánh mì</u>

Làm 2 ổ bánh mì

Thành phần

- khoảng 1¼ cốc (300 ml) bia, nhiệt độ phòng
- 7 thìa cà phê (20 g) men tươi
- 1 thìa canh (15 g) muối
- 16 oz. (450 g) bột chua lúa mạch đen
- 5½ cốc (700 g) bột mì nguyên hạt

Hướng

a) Trộn đều tất cả nguyên liệu trừ bột mì. Thêm từng chút bột vào và trộn đều. Đừng thêm tất cả bột mì cùng một lúc; Kiểm tra bột để đảm bảo độ đàn hồi trước khi cho thêm bột vào.

b) Nhào kỹ.

c) Để bột nghỉ khoảng 15 phút. Nhào kỹ.

d) Nặn bột thành hai ổ bánh và để trên khay nướng đã phết dầu mỡ cho đến khi bột nở gấp đôi. Rắc một ít bột mì lên bánh mì.

e) Nhiệt độ lò ban đầu: 475°F (250°C)

f) Đặt các ổ bánh vào lò nướng và rắc một cốc nước xuống đáy. Hạ nhiệt độ xuống 400°F (200°C).

g) Nướng bánh khoảng 45 phút.

91. Bánh mì lúa mạch đen giòn

Làm được khoảng 20 chiếc bánh quy giòn

Thành phần

- 17½ oz. (500 g) bột chua lúa mạch đen làm từ bột lúa mạch đen nguyên hạt
- 17½ oz. (500 g) bột chua lúa mì
- 5 cốc (500 g) bột lúa mạch đen mịn
- ½ thìa canh (10 g) muối

Hướng

a) Trộn đều các nguyên liệu và để bột nở trong khoảng 2 giờ.

b) Cán bột càng mỏng càng tốt. Cắt thành bánh quy giòn và đặt trên một tấm nướng mỡ. Dùng nĩa đâm vào bánh để bánh không bị sủi bọt.

c) Để bánh quy nở trong 2–3 giờ.

d) Nướng ở nhiệt độ 400°F (210°C) trong khoảng 10 phút.

92. Bánh mì giòn ngon

Làm được 15 cái bánh quy giòn

Thành phần

- ½ oz. (10 g) men tươi
- 1⅔ cốc (400 ml) nước lạnh
- 3½ oz. (100 g) bột chua lúa mạch đen
- 3½ oz. (100 g) bột chua lúa mì
- 3 cốc (300 g) bột lúa mạch đen nguyên hạt
- 4¼ cốc (550 g) bột mì
- 1 thìa canh (15 g) muối
- ½ oz. (15 g) muối biển hồi để rắc lên trên

Hướng

a) Hòa tan men trong nước và trộn với bột chua. Thêm bột và nhào kỹ. Để bột nghỉ khoảng 15 phút.

b) Thêm muối và hồi và nhào bột một lần nữa. Đặt vào một cái bát có bọc nhựa. Hãy để nó tăng trong tủ lạnh qua đêm.

c) Ngày hôm sau, cắt bột thành mười lăm miếng. Cán từng miếng bột thành một miếng bánh quy mỏng. Để bột không bị dính, dùng cây lăn bột nhẹ. Thỉnh thoảng lật bánh quy lại để đảm bảo bạn dàn bột đúng cách.

d) Đặt bánh quy giòn lên khay nướng có phủ giấy da. Chích chúng bằng một cái nĩa. Rắc một ít muối biển tùy theo khẩu vị.

e) Nướng bánh quy ở nhiệt độ khoảng 400°F (210°C) trong 15 phút. Để bánh quy khô trên giá làm mát.

f) Nặn bột thành từng cuộn và cắt thành mười lăm miếng.

g) Cán từng miếng bột thành từng miếng wafer mỏng. Phủ nhẹ một lớp bột mì lên bột để bột không bị dính vào cán cán.

h) Chích bánh quy giòn bằng nĩa. Rắc muối biển và đặt lên một tờ giấy có phủ giấy da.

93. bánh quy giòn mỏng

Làm được 6–8 chiếc bánh quy giòn lớn

Thành phần

- ¾ cốc (200 ml) sữa chua nhiều béo
- 7 oz. (200 g) bột chua lúa mạch đen
- 2 thìa cà phê (15g) mật ong
- ½ thìa canh (10 g) muối
- 4 cốc (500 g) bột mì

Hướng

a) Trộn tất cả nguyên liệu và nhào bột thật kỹ.

b) Cắt bột thành sáu đến tám miếng tròn. Cuộn các miếng thành tấm mỏng. Rắc nhẹ bột lên bề mặt và bột để bột không bị dính. Đặt bánh quy giòn lên khay nướng đã phết dầu mỡ và dùng nĩa đâm vào chúng.

c) Nướng bánh quy ở nhiệt độ 430°F (220°C) trong khoảng 10 phút. Để chúng khô trên giá làm mát.

d) Cán bột thành hình trụ dài và cắt thành sáu đến tám miếng.

e) Cán bột càng mỏng càng tốt.

f) Chích bằng một cái nĩa.

94. bánh mỳ khoai tây

Làm 1 ổ bánh mì

Thành phần

Bước 1 (làm trước bột)

- 1 mẻ bột chua khoai tây
- 2 cốc (250 g) bột mì
- 1¾ oz. (50 g) vỏ tầm xuân

Bước 2

- ¾ cốc (200 ml) nước, nhiệt độ phòng
- ½ thìa canh (10 g) muối
- ½ cốc (50 g) bột lúa mạch đen nghiền mịn
- 2 cốc (200 g) bột mì đã rây

Hướng

a) Trộn bột chua và bột mì rồi để trong tủ lạnh khoảng 8 tiếng.

b) Ngâm vỏ tầm xuân vào một bát riêng.

c) Lấy bột trước ra khỏi tủ lạnh. Thêm các thành phần được liệt kê ở trên, cộng với vỏ tầm xuân đã ráo nước.

d) Nhào bột thật kỹ và tạo hình thành một ổ bánh mì. Đặt trên một tấm nướng đã phết mỡ và để dưới một miếng vải cho đến khi nó có kích thước gấp đôi. Việc này có thể mất vài giờ.

e) Nướng bánh mì ở nhiệt độ 400°F (200°C) trong khoảng 25 phút.

95. bột chua đánh vần

Làm 2 ổ bánh mì

Thành phần

- 35 oz. (1 kg) bột chua đánh vần
- 1 thìa canh (15 g) muối
- 3 thìa canh (25 g) men tươi
- 2½ thìa canh (35 ml) siro mật đường (có thể thay thế bằng siro đen)
- ½ cốc (100 ml) nước, nhiệt độ phòng
- 6 cốc (625 g) bột lúa mạch đen mịn
- 1¾ cốc (225 g) bột mì

Hướng

a) Trộn đều các nguyên liệu và để ngấm trong khoảng 30 phút.

b) Nhẹ nhàng tạo hình thành hai ổ bánh thuôn dài và rắc bột mì lên. Ủ bánh mì cho đến khi các ổ bánh nở gấp đôi (để bánh nở trong giỏ nếu có thể).

c) Nhiệt độ lò ban đầu: 475°F (250°C)

d) Đặt ổ bánh mì vào lò nướng và rắc một cốc nước lên sàn lò. Giảm nhiệt độ xuống 375°F (195°C).

e) Nướng trong khoảng 30 phút.

96. Bánh mì bột mì đánh vần và lúa mạch đen

Thành phần:
300g bột mì
100g bột lúa mạch đen
100g bột mì
350g nước
100g bột chua khai vị
10g muối

Hướng:
Trong một tô trộn lớn, trộn bột mì đánh vần, bột lúa mạch đen, bột bánh mì và nước. Trộn cho đến khi bạn có một khối bột xù xì.
Thêm bột chua và muối vào bát. Trộn tất cả mọi thứ lại với nhau cho đến khi tạo thành một khối bột kết dính.
Đổ bột ra mặt phẳng đã rắc bột mì rồi nhào trong khoảng 10 phút. Bạn phải có một khối bột mịn, đàn hồi.
Đặt bột vào một cái tô đã phết dầu mỡ và bọc nó bằng màng bọc thực phẩm hoặc khăn bếp. Để nó tăng ở nhiệt độ phòng trong khoảng 6-8 giờ hoặc cho đến khi nó nở gấp đôi.
Làm nóng lò nướng của bạn ở nhiệt độ 450°F (230°C). Nếu bạn có lò nướng kiểu Hà Lan, hãy đặt nó vào lò nướng để làm nóng trước.
Sau khi bột đã nổi lên, bạn úp bột ra bề mặt đã rắc bột mì và tạo hình thành một ổ bánh hình tròn hoặc hình bầu dục.
Đặt ổ bánh vào lò nướng kiểu Hà Lan đã làm nóng trước hoặc lên khay nướng có lót giấy da. Dùng dao sắc hoặc lưỡi dao cạo rạch lên mặt trên của ổ bánh mì.
Nướng trong 30-35 phút hoặc cho đến khi vỏ bánh có màu nâu vàng và nhiệt độ bên trong bánh đạt 200-210°F (93-99°C).
Lấy bánh mì ra khỏi lò và để nguội trên giá lưới ít nhất 30 phút trước khi cắt.

97. Bánh mì bột chua đánh vần

Thành phần:
500g bột mì
350g nước
100g bột chua khai vị
10g muối
1 muỗng canh mật ong
1 quả trứng, đánh bông
Hạt thuốc phiện

Hướng:
Trong một tô trộn lớn, trộn bột mì và nước. Trộn cho đến khi bạn có một khối bột xù xì.
Thêm bột chua, muối và mật ong vào bát. Trộn tất cả mọi thứ lại với nhau cho đến khi tạo thành một khối bột kết dính.
Đổ bột ra mặt phẳng đã rắc bột mì rồi nhào trong khoảng 10 phút. Bạn phải có một khối bột mịn, đàn hồi.
Đặt bột vào một cái tô đã phết dầu mỡ và bọc nó bằng màng bọc thực phẩm hoặc khăn bếp. Để nó tăng ở nhiệt độ phòng trong khoảng 6-8 giờ hoặc cho đến khi nó nở gấp đôi.
Làm nóng lò nướng của bạn ở nhiệt độ 450°F (230°C).
Sau khi bột đã nổi lên, bạn úp bột ra một mặt phẳng có rắc bột mì và chia thành 8-10 phần bằng nhau.
Cuộn từng miếng thành một quả bóng, sau đó dùng ngón tay cái chọc một lỗ ở giữa. Kéo căng lỗ cho đến khi có đường kính khoảng 1-2 inch.
Đặt bánh mì tròn lên khay nướng có lót giấy da. Phủ trứng đã đánh lên mặt bánh mì tròn và rắc hạt anh túc.
Nướng trong 20-25 phút hoặc cho đến khi bánh mì tròn có màu nâu vàng và chín đều.
Lấy bánh mì tròn ra khỏi lò và để nguội trên giá lưới ít nhất 30 phút trước khi cắt và dùng.

98. Bột khoai tây

Thành phần

- 2 củ khoai tây cỡ vừa, gọt vỏ
- 1 thìa cà phê mật ong
- 1 muỗng canh bột mì đánh vần, rây

Hướng

a) Trộn khoai tây cho đến khi chúng giống như cháo. Khuấy mật ong và bột đánh vần.

b) Bảo quản hỗn hợp trong lọ có nắp đậy kín. Khuấy vào buổi sáng và buổi tối.

c) Loại bột chua này thường mất nhiều thời gian hơn để làm so với những loại khác, nhưng nó chắc chắn đáng để bạn dành thêm thời gian. Sẽ mất 5–7 ngày trước khi hoàn thành.

d) Bộ khởi động đã sẵn sàng khi hỗn hợp bắt đầu sủi bọt. Từ thời điểm này trở đi, tất cả những gì bạn phải làm là "cho" bột vào để bột vẫn giữ được hương vị và khả năng lên men.

99. bột đậu lăng

Thành phần

1 ngày

- ½ cốc (100 ml) đậu lăng xanh khô
- ½ cốc (100 ml) nước, nhiệt độ phòng
- 1 muỗng canh bột mì đánh vần, rây

Ngày 2

- ½ cốc (100 ml) nước, nhiệt độ phòng

Hướng

a) Dùng máy xay cầm tay, trộn đậu lăng cho đến khi chúng bắt đầu giống bột mì. Thêm nước và bột đánh vần.

b) Đổ hỗn hợp vào lọ có nắp đậy kín.

c) Thêm nước. Trộn đều và để yên trong lọ thủy tinh trong 2–4 ngày. Khuấy vào buổi sáng và buổi tối. Bộ khởi động đã sẵn sàng khi hỗn hợp bắt đầu sủi bọt. Từ thời điểm này trở đi, tất cả những gì bạn phải làm là "cho" bột vào để bột vẫn giữ được hương vị và khả năng lên men.

d) Đậy đáy lọ thủy tinh bằng nho khô hữu cơ. Thêm nước ấm sao cho đầy gần 2/3 bình. Cố định bằng nắp đậy kín.

e) Để bình ở nhiệt độ phòng trong khoảng 6–7 ngày cho đến khi xuất hiện bong bóng nấm men đáng chú ý. Quá trình ban đầu có thể khác nhau tùy thuộc vào nhiệt độ của căn phòng.

f) Khuấy hỗn hợp. Cho vào lọ kín và để yên trong 3 ngày ở nhiệt độ phòng.

g) Bạn cũng có thể làm khô bột chua. Đặt một tờ giấy da lên khay nướng. Phủ nó bằng một lớp mỏng bột chua (1–2 mm). Đặt nó vào lò nướng và bật đèn lò. Để nó trong lò cho đến khi bột chua khô hoàn toàn (quá trình này sẽ mất từ 12 đến 20 giờ). Sau đó, vò nát bột khô, cho vào lọ và đậy nắp lại. Bảo quản lọ ở nhiệt độ phòng trong môi trường khô ráo.

h) Khi bạn đã sẵn sàng nướng, hãy trộn vài thìa bột khô với 1 cốc (200 ml) nước và 1,5 cốc (200 g) bột mì. Ngày hôm sau, bạn sẽ có "bột chua khai vị đã được kích hoạt".

100. bánh mì Olive

Làm 2 ổ bánh mì

Thành phần

- 10 ½ oz. (300 g) bột chua đánh vần
- 6 cốc (600 g) bột mì đã rây
- 1¼ cốc (300 ml) nước, nhiệt độ phòng
- 1 muỗng canh mật ong
- 1 muỗng canh muối
- ⅔ cốc (150 g) ô liu bỏ hạt, tốt nhất là hỗn hợp màu xanh lá cây và đen

Hướng

a) Trộn tất cả các thành phần ngoại trừ ô liu. Nhào thật kỹ. Bột phải khá "yếu". Cán dẹt bột thành một chiếc "bánh" có đường kính 12 inch (30 cm). Cắt nhỏ một nửa quả ô liu. Thêm ô liu cắt nhỏ và trộn toàn bộ ô liu. Cuộn bột lại và để bột nở trong 2-3 giờ. Cắt bột thành 2 phần và tạo hình thành ổ bánh mì. Để bánh nở thêm 20 phút nữa.

b) Nhiệt độ lò ban đầu: 475°F (250°C)

c) Đặt bánh mì vào lò nướng và giảm nhiệt độ xuống 400°F (200°C). Nướng trong khoảng 30–40 phút.

d) Gấp bột lên trên ô liu.

e) Sau khi bột lên men khoảng 2-3 tiếng, cắt bột làm đôi.

f) Tạo hình bánh mì sao cho có được hỗn hợp ô liu.

PHẦN KẾT LUẬN

Công thức làm bột chua của Homestead là một cách tuyệt vời để thưởng thức hương vị thơm ngon của bánh mì bột chua mà không cần phải dựa vào men hoặc chất phụ gia thương mại. Bằng cách sử dụng các nguyên liệu tự nhiên và dành thời gian để bột lên men, bạn có thể tạo ra một ổ bánh mì giàu dinh dưỡng và có hương vị hoàn hảo cho bất kỳ bữa ăn nào. Cho dù bạn là một thợ làm bánh có kinh nghiệm hay mới bắt đầu, những công thức này rất dễ thực hiện và sẽ luôn mang lại kết quả tuyệt vời. Vậy tại sao bạn không thử và trải nghiệm niềm vui khi tự tay nướng chiếc bánh mì bột chua thơm ngon tại nhà?

www.ingramcontent.com/pod-product-compliance
Lightning Source LLC
LaVergne TN
LVHW010918061026
849535LV00007B/2118